गोष्टीरूप गजानन

(श्रीगजानन विजय ग्रंथातील १०० गोष्टी)

D9900375

शब्दांकन

सरस्वतीसुत

(ढाणकीकर)

डायमंड पब्लिकेशन्स

गोष्टीरूप गजानन

सरस्वतीसुत (ढाणकीकर)

Goshtirup Gajanan
Saraswatisut (Dhankikar)

प्रथम आवृत्ती : एप्रिल २०११

ISBN 978-81-8483-368-3

© डायमंड पब्लिकेशन्स, पुणे

मुखपृष्ठ
शाम भालेकर

मुद्रक
रेप्रो नॉलेज कास्ट लिमिटेड, ठाणे

प्रकाशक
डायमंड पब्लिकेशन्स
१२५५ सदाशिव पेठ, लेले संकुल
पहिला मजला, निंबाळकर तालमीसमोर
पुणे ४११ ०३०. ☎ ०२० : २४४५२३८७

diamondpublications@vsnl.net
www.diamondbookspune.com

प्रमुख वितरक
डायमंड बुक डेपो
६६१ नारायण पेठ, अप्पा बळवंत चौक
पुणे ४११ ०३०. ☎ ०२० : २४४८०६७७

माझी आई

कै. सरस्वती अंबादास जोशी (ढाणकीकर)

हिस कृतज्ञतापूर्वक अर्पण ...

|| प्रयोजन ||

शके १८६१ म्हणजेच सन १९३९ - आजपासून ७० वर्षांपूर्वी 'श्रीगजानन विजय' ग्रंथ संतकवी वै. श्री दासगणूमहाराजांनी पूर्ण केला. श्री. छगनमहाराज बारटक्के ह्यांनी लेखनिकाचे काम केले. हा ग्रंथ भक्तांच्या हाती दिला.

'श्रीगजानन विजय' म्हणजे भक्तांसाठी सर्वस्वच. गेल्या ७०-७१ वर्षांत या ग्रंथाची जितकी पारायणे झाली तितकी जगात कोणत्याच ग्रंथाची पारायणे झालेली नाहीत हे निश्चित ! अशा ह्या प्रासादिक ग्रंथात कसलाही बदल करावयाचा नाही. हा ग्रंथ म्हणजे प्रत्यक्ष श्री गजाननमहाराजच.

आणि एके शुभ दिनी जणू प्रत्यक्ष श्री महाराजांनीच स्फूर्ती दिली, 'हा ग्रंथ गोष्टीरूपाने लोकांमध्ये ने.' जणू या १०० गोष्टी श्री महाराजांनीच माझ्याकडून लिहवून घेतल्या.

महाराजांनी प्रयोजनही सांगून टाकलं आहे - पोथी म्हटली की तिचे वाचन भाविकजनच करणार; काहींना काही भाग समजायला अवघड वाटणार; पारायण करणे हे ध्येय असते, पण या ध्येयापोटी कधीकधी आशय लुप्त होतो; प्रसंग लक्षात राहतो पण त्यामागचे तत्त्व लक्षात येत नाही; अध्यात्म हा तर्काचा-तत्त्वाचा चेहरा, अध्यात्म म्हणजे केवळ भक्तिभावना नव्हे, पण उत्तरार्धच लक्षात ठेवला जातो; पद्य हे पाठांतराला उत्तम, पण कळण्यासाठी गद्य चांगले; पोथी ही देवघरात आणि काही प्रयोजन असेल तरच हातात घेणार; पोथी म्हटली की लहान मुले, तरुण वाचकांची संख्या कमी, नि ती परमार्थासाठीच आहे इहलोकीसाठी नाही असा गैरसमज...

म्हणूनच गोष्टीरूपाने हा ग्रंथ जनसामान्यांपर्यंत पोहोचला तर त्याचा लाभच होणार आहे. महाराजांनाही तेच अभिप्रेत आहे. त्यासाठीच ही उठाठेव !

अनुपम ब्रह्मरसाला । जो पिऊन तृप्त झाला ।
तो का मागतो गुळवण्याला । मिटक्या मारीत बैसेल ॥
- सरस्वतीसुत (ढाणकीकर)

|| शेगावनिवासी श्री गजाननमहाराज ||

शेगावनिवासी परमवंदनीय श्री गजाननमहाराजांची स्मृतिशताब्दी सर्वत्र परमश्रद्धेने संपन्न झाली. प्रमुख अशा सर्व गावात विविध कार्यक्रम आयोजिण्यात आले होते. आधुनिक संतांमध्ये श्री गजाननमहाराज शेगावकर ह्यांना फार मोठे वैशिष्ट्यपूर्ण स्थान आहे. श्री गजाननमहाराजांनी द्वैत बाजूला सारून अद्वैत स्थापिलेले आहे. हे विशेष! श्री गजाननमहाराज हे श्री समर्थ रामदासस्वामींचे अवतार मानले जातात आणि असे असून ते पूर्णतया वारकरी संप्रदायाचे आहेत. थोडक्यात त्यांनी रामदासी संप्रदाय आणि वारकरी संप्रदाय त्यांच्यात ऐक्य स्थापिलेले आहे, एकात्मता निर्माण केलेली आहे, आणि आधुनिक महाराष्ट्रात एकात्मता निर्माण करण्याच्या दृष्टीने, भेदभाव नष्ट करण्याच्या दृष्टीने हे फार महत्त्वाचे आहे.

विदर्भवासीयांना सज्जनगड खूप लांब आहे तेव्हा श्री समर्थ रामदासस्वामींनी श्री गजाननमहाराजांच्या रूपाने शेगावात अवतार घेतला, अशी एक श्रद्धा आहे. ह्याचाच अर्थ पश्चिम महाराष्ट्र नि विदर्भ ह्यांच्यात ऐक्य निर्माण करण्याचा हा सुंदर भौगोलिक प्रयत्न आहे. आत तर कोकण, पश्चिम महाराष्ट्र, मराठवाडा नि विदर्भ आणि बृहन्महाराष्ट्रात श्री गजाननमहाराजांचा सार्वत्रिक सश्रद्ध असा प्रचार आहे.

श्री गजाननमहाराजांचे एक मोठे वैशिष्ट्य की त्यांनी स्वतःचे वेगळेपण स्थापले नाही अथवा जपले नाही. महाराष्ट्रांचे परमदैवत जे श्री विठोबा रुक्मिणी त्यांच्याच पदी त्यांनी आपली श्रद्धा वाहिलेली आहे आणि महाराष्ट्राच्या मुख्य श्रद्धाप्रवाहातच ते राहिलेले आहेत ही विशेषता मानलीच पाहिजे.

श्री समर्थ रामदासस्वामींनी सांगितले की अन्न हे पूर्णब्रह्म आणि त्यांचेच अवतार श्री गजाननमहाराजांनीही अन्न हे पूर्णब्रह्म आहे नि ते मुळीही वाया घालवता कामा नये हे पहिल्या अध्यायाच्या प्रारंभीत सांगितलेले आहे. ह्या कलियुगात परमेश्वर भाकरीच्या रूपाने वसत आहे, हेही अगदी खरे आहे. घरी येणाऱ्याचे स्वागत, "अतिथिदेवो

भव'' ह्या फार मोठ्या अशा मानवी भावना आहेत. मोठमोठ्या संस्थांना, अगदी सर्वसमर्थ अशा शासनालाही जे जमणार नाही ते ह्या निष्कांचन, नि:संग, पूर्णपणे विरक्त अशा साधूने करून दाखविलेले आहे आणि हे एक फार मोठे आश्चर्य आहे. १९ व्या अध्यायात त्याचा आपल्याला उगम दिसतो तिथे साळूबाई नामक एका भक्त महिलेला महाराजांनी जे सांगितले ते संतकवी श्री दासगणू महाराजांनी नोंदवलेले आहे ते असे

''साळूबाई नावाची। एक कण्व शाखेची।
ती होती महाराजांची। मनापासून भक्तीण ॥
तिला महाराज एके दिनी। ऐशा परी वदले वाणी।
डाळपीठ घेऊनी। स्वैंपाक करी अहोरात्र ॥
जे येतील तयांना। साळू घाल भोजना।
येणेच तू नारायणा। प्रिय होशील नि:संशय ॥

(श्रीगजानन विजय, अध्याय १९)

केवढा महान संदेश आहे हा! ह्या संदेशाकडेच पाहिले पाहिजे. आता ही गोष्ट किती सालची आहे, हे आपणास माहिती नाही पण समजा १९०० सालची धरली तर गेली सुमारे ११० वर्षे शेगावनगरी श्री गजाननमहाराजांच्या स्थानी येणाऱ्या प्रत्येकाचे सानंद स्वागत आहे नि प्रत्येकाला भोजनाने तृप्त करणे तिथे चालू आहे, मग तिथे येणाऱ्या भक्तांची संख्या किती असो दहा सहस्र असो वा एक लाखाच्या पुढे असो केवढी अद्‌भुत विलक्षण गोष्ट आहे ही!

म्हणजेच श्री गजाननमहाराजांच्या चरित्रातील केवळ चमत्कारांकडे पाहून चालणार नाही. एक तर ते चमत्कार लोककल्याण, दुसऱ्यांची दु:खे कमी करणे, इतरांच्या जीवनात आनंद निर्माण करणे ह्यासाठीच आहेत. त्यांच्या चरित्रात जीवनाची कितीतरी सुंदर सूत्र, सदगुणप्रचार, माणुसकी आदी गोष्टी दिसून येतात. त्या अत्यंत अनुकरणीय आहेत. माणुसकीचा मी उल्लेख केला. पटकी (प्लेग) ह्या रोगाने त्रस्त झालेला एक वारकरी, बाकीची माणसे त्याला एकट्याला सोडून निघून जाऊ इच्छितात अशा कठीण वेळी महाराज एकटे त्या मरणोन्मुख रुग्णाच्या साहाय्याला धावतात, ही खरोखर लक्षणीय गोष्ट आहे.

महाराजांनी चमत्कारांसाठी चमत्कार केलेले नाहीत. त्यामागे एक

जीवनसूत्र सांगितलेले आहे. महाराजांनी जनतेला महान संदेश दिलेले आहेत. बंडूतात्या नावाचा खर्डे गावचा अत्यंत गरीब मनुष्य गरिबीला कंटाळून हिमालयात जाऊन आत्महत्या करावी, असा विचार करतो, पण कुणाच्या तरी सांगण्यावरून तो श्री गजाननमहाराजांच्या दर्शनाला येतो. त्यावेळी श्री गजाननमहाराजांनी त्याला जे सांगितले ते अत्यंत महान असे तत्त्वज्ञान आहे.

अरे आत्महत्या करू नये। हताश कदापि होऊ नये।
प्रयत्न करण्या चुकू नये। साध्य वस्तु साधण्यास।।

जीवनाचे किती महान तत्त्वज्ञान आहे हे!

महाराजांनी प्रत्येक ठिकाणी चमत्कार केलेले नाहीत, हेही लक्षात घेण्यासारखी गोष्ट आहे. मारुतीपंत पटवारी हे महाराजांचे भक्त. त्यांच्या शेतात पिकांचे रक्षण करण्यासाठी तिमाजी नामक माळी होता. एके रात्री त्याला चुकून झोप लागली नि गाढवांनी काही धान्य फस्त केले.

इथे केले. इथे दोन गोष्टी पाहाण्यासारख्या आहेत. मारुतीपंत तिमाजीला नोकरीवरून काढावे असा विचार व्यक्त करताच महाराज त्यांना म्हणतात.

''छे छे वेड्या तिमाजीस। नको मुळीच काढूस।
नोकरीवरून खास। त्याचे वर्म सांगतो तुला।
तिमाजी नोकर इमानी। गाढवे खळ्यात पाहुनी।
दुःखी झाला असे मनी। ते म्या तेव्हाच जाणिले।।

(अध्याय १९)

आणखी एक गोष्ट म्हणजे त्या मारुतीपंतांचे सर्व धान्य महाराजांनी पूर्ववत् केले, ते धान्य भरून असेही तिथे म्हटलेले नाही. म्हणजे महाराज केवळ चमत्कारच करीत आहेत, असे नाही आणि एका गरीब राखणदाराच्या पाठीशी महाराज उभे राहतात ही फार मोठी गोष्ट आहे. असो.

श्री गजाननमहाराजांचे शेगाव यावर एक स्वतंत्र लेखच लिहिला पाहिजे. तिथे सामाजिक, सांस्कृतिक, शैक्षणिक, वैद्यकीय आदी उपक्रम चालू आहेत. ते सर्व पाहून खरोखरच मन थक्क होते. एक तर शेगाव श्री गजानन महाराज संस्थानाने इथे एक महान विद्यानगरीच निर्माण

केलेली आहे. सर्व प्रकारचे शिक्षण घेण्याची इथे सोय आहे. येथे सर्व शैक्षणिक सुविधा उपलब्ध आहेत, सध्या वैद्यकीय खर्च परवडणे अती अवघड गोष्ट झालेली आहे पण इथे आयुर्वेद, होमिओपथी, ॲलोपथी तीनही उपचारपद्धती विनामूल्य अथवा अल्पमूल्यात उपलब्ध आहेत हे विशेष होय, भजन म्हणजे मोठा विरंगुळा, मन:शांती वा मनाला दिलासा. आनंद तर शेकडो गावांना श्री गजाननमहाराज संस्थानाने भजनासाठी आवश्यक त्या सुविधा पुरविलेल्या आहेत, उदा. सहस्त्रावधींच्या संस्थेत गावोगावच्या भजनी मंडळांना टाळ दिलेले आहेत, एक महान सांस्कृतिक पर्यटन केंद्र इथे साकार झालेले आहे. राष्ट्रीय एकात्मतेचा इथे भव्य असा साक्षात्कार होतो हेही वैशिष्ट्यपूर्णच आहे. 'आनंदसागर' हा प्रकल्प पाहिलाच पाहिजे. एकात्मतेचे महान केंद्र, पर्यटक आणि भक्तजनांना आनंद देणारे हे स्थान...

अनुक्रम

१
॥ सूर्योदय ॥

आटपाट नगराचं नाव शेगाव. एक छोटं बाजारपेठेचं गाव - बुलढाणा जिल्ह्याच्या खामगाव तालुक्यातलं. १३२ वर्षापूर्वीचं ते गाव. गोष्ट दुपारची. भर उन्हातली.

देविदास पातूरकर नामक एका सज्जन गृहस्थाच्या घरी मुलाच्या ऋतुशांतीचा कार्यक्रम. त्यानिमित्त जेवणावळी उठत होत्या. उष्ट्या पत्रावळी समोरच्या कोपऱ्यावर टाकल्या होत्या. उष्ट्या पत्रावळींवर शिल्लक असलेले अन्नकण एक व्यक्ती वेचून वेचून खात होती. रस्त्याने अनेकजण जात येत होते. मात्र कुणाचेच त्याकडे लक्ष नव्हते. हे दृष्य पाहून बंकटलाल आगरवाल व त्यांचे मित्र दामोदर कुलकर्णी आश्चर्यचकित झाले. देविदासाच्या घरी अन्न मागितले असते तर नक्कीच पोटभर जेवण मिळाले असते मात्र तसे न करता, भर उन्हात हा उघडा जीव उष्ट्या पत्रावळीवर राहिलेले अन्न वेचून वेचून खात होता. ते दोघे तिथेच थबकले.

हा सामान्य जीव नाही याबाबत त्या दोघांची खात्रीच झाली. देविदासाच्या घरून भरल्या अन्नाचे ताट त्यांनी मागविले. त्या व्यक्तीने सर्व अन्न एकत्र केले. गोड तिखट खारट यासारखी कोणतीच चव त्यांना जाणवत नव्हती. समोरचे "अन्नम् ब्रह्मेति" हाच संदेश पाहाणाऱ्याला मिळत होता.

जेवण झाले, पाणी हवं म्हणून दामोदर पाणी आणावयास आत गेले. इतक्यात ती व्यक्ती जवळ असलेल्या टाकीतील पाणी पिऊन आली. जनावरांसाठी असलेले ते पाणी पिऊ नये, मी आणलेले स्वच्छ थंडगार पाणी प्यावं असं दामोदर म्हणताच त्यावर ती व्यक्ती म्हणाली, सर्व जग एकच परमात्मा आहे. चांगलं वाईट स्वच्छ - घाण तो तोच आहे. ती

श्रीगजानन महाराज उष्ट्या पत्रावळीतील शितें वेंचून खात आहेत.

व्यक्ती म्हणजे आपले कथानायक - गजानन महाराज. हे घडलं माघ वद्य सप्तमीला. इ. स. १८७८ साली.

२

॥ शोधाशोध ॥

तो परमात्मा सर्वत्र व्यापून राहिला आहे याची प्रचिती महाराजांनी दाखवून दिल्यामुळे बंकटलाल व देविदास प्रभावित झाले. महाराजांच्या पायाशी लोळण घेण्याच्या उद्देशाने ते वाकणार एवढ्यात महाराज सुसाट धावत सुटले! त्यांचा पाठलाग करणे शक्य झाले नाही.

महाराजांची मूर्ती सतत बंकटलालाच्या डोळ्यांसमोर होती. पुन्हा दर्शन व्हावे म्हणून त्यांनी खूप शोधाशोध केली. मात्र गावभर-तसेच परिसरात कुठेही महाराज सापडले नाहीत. एक दिवस गेला. दुसराही गेला. बंकटलाल हताश झाला. महाराज कुठे भेटतील या चिंतेत तो होता. त्याच्या वडिलांचे नाव भवानीराम. एक सज्जन, धनाढ्य गृहस्थ. मुलाची स्थिती त्यांच्या लक्षात आली. मुलाला त्यांनी विचारले, मात्र बंकटलाल खरी गोष्ट पित्यास सांगत नव्हता. अजून एक दिवस गेला. वडिलांकडे त्याच्या अस्वस्थतेचे कारण सांगण्याची त्याची हिम्मत होत नव्हती म्हणून शेजारी रामाजीपंत देशमुख नामक एक सज्जन - वयोवृद्ध गृहस्थ होते. त्यांचेकडे तो गेला.

रामाजीपंतांना त्याने घडलेली गोष्ट सांगितली. रामाजी म्हणाले "बंकटलाल तू ज्याचे वर्णन करतो आहेस ते नक्की कुणी योगी आहेत. तू त्यांचा शोध घे. सापडल्याबरोबर मला कळव मी त्यांच्या दर्शनास अवश्य येईन."

बंकटलालची अस्वस्थता वाढत होती. भिरभिरत्या नजरेने तो महाराजांचा शोध घेत होता- शोध घेतच होता. महाराज केव्हा सापडले? कुठे सापडले?

३

|| अखेर सापडले ! ||

१३२ वर्षांपूर्वीचा काळ. त्या काळात सिनेमा नव्हता, टि.व्ही. नव्हता. गावकीत नाटक बसवीत. मात्र एक मोठं अध्यात्माच्या अंगाने मनोरंजनाचं प्रकरण असायचे - कीर्तन.

शेगावात आज सुप्रसिद्ध कीर्तनकार गोविंदबुवा टाकळीकरांचं कीर्तन होतं. गावात उत्साह होता. सगळी मंडळी - बाया माणसे आज शंकराच्या मंदिरात कीर्तन ऐकण्यासाठी जमत होती.

बंकटलाल आज मोठ्या आशेने रस्त्यांनी शोध घेत घेत शंकराच्या मंदिराकडे जात होता. वाटेत पितांबर नावाचा शिंपी भेटला. तो भाविक होता. त्याला महाराजांविषयी सगळी माहिती बंकटलालाने दिली. दोघेही महाराज कुठे दिसतात का? या आशेने शोध घेत होते.

अखेर लिंबाच्या झाडाखाली ही दिगंबर मूर्ती बसलेली पाहिली. बंकटलाल धावतच पुढे गेला, त्याला धाप लागली होती. अधीरतेने त्याने महाराजांना विचारले. "महाराज काही खायला आणू काय?" महाराजांनी उत्तर दिले, "माळिणीच्या सदनातून चुनभाकरी आण"

संमती मिळताच चूनभाकरी त्यांनी हजर केली. महाराजांनी ती खाल्ली. पितांबराकडे पाहून महाराज म्हणाले की, "हे भोपळ्याचे भांडे घे आणि नाल्याचेच पाणी भरून आण." पितांबराने भोपळा घेतला तो चिंतेत पडला. नाल्याला पाणी एकदम कमी तेही घाण. मग कसे ते आणावे?

मनाचा हिय्या करून तो नाल्यावर गेला आणि काय आश्चर्य कुठेही भोपळा बुडवा, तेथे तो बुडेल असा खड्डा पडायचा, स्वच्छ पाणी भोपळ्यात यायचं.

त्याला खात्री पटली की महाराज मोठे योगी आहेत म्हणून. त्याशिवाय असे होणे नाही.

खरंच का ते योगी होते?

८२

४

।। गोविंदबुवांची घोषणा ।।

अत्यंत भारावलेल्या मनाने पितांबर नाल्यावरून पाणी घेऊन आला. महाराज पाणी प्यायले. बंकटलाल आणि पितांबराला कीर्तन ऐकण्यासाठी त्यांनी पाठवून दिले.

भागवतातील हंसगीताचा अकराव्या स्कंदातील एक श्लोक गोविंदबुवांनी निरूपणासाठी घेतला. पूर्वार्ध छान रंगला. गोविंदबुवांनी सर्व दृष्टान्त देऊन तो केला. महाराज निंबवृक्षाजवळ बसून कीर्तन ऐकत होते. पूर्वार्ध संपतो न् संपतो तोच प्रत्यक्ष महाराजांनी उत्तरार्ध सांगितला - 'यथा भूतानि भूतेषु-बहिरन्तः स्वयं तथा।।' निंबवृक्षाखालून उत्तरार्ध सांगणारी वाणी ऐकून सर्वांनाच खूप आश्चर्य वाटले. गोविंदबुवाही घोटाळले. महाराजांच्या उच्चारावरून त्यांना जाणवले की हा कुणातरी अवतारी पुरुषाचा आवाज असू शकतो.

महाराजांनी मंदिरात आत यावे अशी विनंती गावकऱ्यांनी केली. महाराज जागचे हलले नाहीत. गोविंदबुवा अत्यंत विनम्रपणे त्यांना मंदिरात घेऊन जाण्यासाठी आले. ज्या श्लोकावर कीर्तन केले त्याचाच आधार घेऊन महाराजांनी आत काय अन् बाहेर काय? परमेश्वर सर्वत्र असल्याचे सांगून आपण बाहेर असल्याने काहीच फरक पडत नसल्याचे सप्रमाण पटवून दिले. गोविंदबुवा परत मंदिरात आपल्या जागेवर गेले. त्यांनी घोषणा केली –

महाराज म्हणजे परमेश्वरच आहेत. शेगाव आता पंढरपूर झाले आहे. महाराजांना सांभाळा - त्यांचे आज्ञेत वागा. त्यांचा शब्द म्हणजे वेदवाक्य समजा.

बंकटलाल पुटपुटला, मला पटतंय हो, पण बाबांची परवानगी हवी ना त्यांना घरी आणण्यासाठी!

५

।। परवानगी मिळाली ! ।।

महाराज कुणी सामान्य व्यक्ती नाहीत तर ते कुणीतरी अवतारी पुरुष आहेत असे बंकटलालाला वाटत होते. पितांबराने नाल्यातून पाणी आणताना महाराज योगी असल्याचा अनुभव घेतला होता. रामाजीपंत देशमुख यांचेही असेच मत होते. आता तर गोविन्दबुवांसारखे सत्पुरुष महाराजांविषयी सर्वांसमोर घोषणा करून महाराजांना सांभाळा - आज्ञा माना असे स्पष्ट म्हणतात. त्यामुळे सर्व गावकरी भारावून गेले होते. बंकटलालाचा हर्ष गगनात मावत नव्हता. महाराजांविषयी स्वतःचे मन बरोबर असल्याची त्याची खात्री झाली.

कीर्तन संपल्यावर बंकटलाल थेट घरी आला. त्याच्या चेहऱ्यावरून आनंद ओसंडूत वाहत होता. त्या आनंदाच्या भरात त्याने वडिलांना म्हणजे भवानीरामांना सर्व हकिकत सांगितली व महाराजांना घरी आणण्याविषयी गळ घातली. भवानीरामांनीही मुलाच्या इच्छेचा मान ठेवून होकार दिला. मग मात्र बंकटलालाला. "कधी एकदा महाराजांना घरी आणतो" असे झाले.

मग कुठे आहेत महाराज? घरी आणायचे हे ठीक पण ते सापडायला हवेत ना! बंकटलाल काळजीत- महाराजांचा पत्ता नाही. त्यांचा शोध सुरूच.

शोधा म्हणजे सापडतील!

६

॥ बंकटलालाचे घरी ! ॥

परवानगी मिळून तीन दिवस झाले. महाराज भेटले नाहीत. आजचा चवथा दिवस. शोधाशोध सुरूच.

वेळ सायंकाळची. माणिक चौकात गाई एका कट्ट्याभोवती जमल्या होत्या. शेजारच्या झाडावरती पाखरांचा किलबिलाट सुरू होता. कट्ट्यावरती महाराज बसले होते. आजूबाजूचे दुकानदार दिवाबत्तीची सोय करीत होते. बंकटलाल हताश होऊन घराकडे जात होता. अचानक त्याचे लक्ष महाराजांकडे गेले. त्याला अत्यंत आनंद झाला. महाराजांना घेऊन तो घरी आला.

बंकटलालाचे घरी महाराज आल्याबरोबर भवानीराम अत्यंत प्रभावित झाले. आपल्या मुलांनी जे वर्णन केले ते किती योग्य आहे हे पाहून ते भारावून गेले. महाराजांचे यथोचित स्वागत तर केले. पण जेवणाचे काय करावे? असा त्यांना पेच पडला. वेळ सायंकाळची. रात्रीच्या जेवणाची तयारी करू तोवर महाराज थांबतील किंवा नाही त्यापेक्षा सकाळचे जे काही आहे ते अर्पण करण्याचा त्यांनी निर्णय घेतला.

पुऱ्या-फळे-मिठाई असे पदार्थ ताट भरून महाराजांसमोर ठेवले. समोर जे अन्न येते ते 'परब्रह्म' अशी महाराजांची धारणा असल्याने, त्यांनी ते सर्व खाऊन घेतले.

एव्हाना आजूबाजूंचे बरेच भक्तगण आले. आज महाराजांचा मुक्काम इथेच म्हणजे बंकटलालच्या घरीच. त्याच्या घरी जणू उत्सव असल्यासारखे वातावरण तयार झाले. उद्याचे काय?

७

|| आग्रह नको ||

मंगल वाजंत्रीच्या आवाजाने बंकटलालाचे घर जागे झाले. आजूबाजूचे बरेच भक्तगण बंकटलालाकडे जमा झाले. आज काय बरं कार्यक्रम असावा?

आज बंकटलालाच्या अंगणात खूप धावपळ सुरू होती. एका चौरंगाभोवती स्नानाची तयारी मांडून ठेवली होती. सुमारे १०० घागरी गरम पाणी, अंगाला लावायची विविध उटणी, अत्तर असा बेत होता. महाराजांची स्वारी आली. चौरंगावर बसल्यावर भक्तगणांनी अत्यंत प्रेमाने महाराजांना स्नान घातले. प्रत्येकाला महाराजांची सेवा करावी असे वाटत होते. आपली इच्छा जो तो पूर्ण करीत होता.

मंगल स्नान झाले. महाराजांना पितांबर नेसविला. अंगावर भारीची शाल पांघरली. अनेकांनी आपआपल्या घरून पक्वान्नांची ताटं भरून आणली. थोडं थोडं घेऊन बाकी प्रसाद म्हणून वाटण्यात आला. असा आनंदी सोहळा पार पडला.

सगळ्यांचे मनोरथ पूर्ण झाले. एक इच्छारामशेठजी मागे राहिले. आज सोमवार. त्यांचा उपवास. सायंकाळी त्यांनी स्नान केले. महाराजांची पूजा केली. महाराजांना त्यांनी मोठ्या ताटात नैवेद्य अर्पण केला. तो चार माणसांचे पोट भरेल इतका होता. इच्छारामाने महाराजांना खाण्याचा आग्रह केला. अगोदर महाराज नको नको म्हणाले. पण इच्छाराम अधिकाधिक आग्रह करू लागला. महाराजांनी सर्व अन्न भक्षण केले.

अगदी थोड्या वेळात महाराजांना उलटी झाली. फार आग्रह करू नये, त्याचा विपरीत परिणाम होतो हेच महाराजांनी कृतीतून दाखवून दिले.

ॐ

८

।। कायमची आठवण ।।

महाराजांची कीर्ती वऱ्हाडात सर्वत्र पसरली. एवढेच नव्हे तर काशीपर्यंत कीर्तिसुगंध दरवळला. काशीच्या एका गोसाव्याला गांजा ओढणे फार आवडे. त्याला असे वाटले गांजा ओढणे चांगले, ते महाराजांना नक्कीच आवडेल. म्हणून गांजा अर्पण करण्याचा त्याने नवस केला. त्यासाठी दरमजल करीत करीत तो महाराजांच्या भेटीला शेगांवी आला.

वेळ सकाळची होती. काशीचा गोसावी हातात मृगाजिनाचा गुंडाळा घेऊन शेगावात पोहोचला. डोक्याला एक भगवी पट्टी- कमरेला लंगोटी. महाराजांचा लगेचच शोध लागला. पण तोवर भाविकांनी बंकटलालाच्या घरी दर्शनासाठी गर्दी केली होती. आपली भेटण्याची वेळ कधी येईल? याची वाट पाहत तो एका कोपऱ्यात बसला.

खरे तर त्याला रांगेत उभे राहून दर्शन घेता आले असते पण ते त्याला नको होते. त्याचा नवस साधा नव्हता. अन्य कुणी असा नवस बोलण्याची शक्यता नव्हती, किंबहुना भांग अर्पण करण्याचा नवस आहे असे कुणाला सांगितले असते तर इतरांनी त्याला मारले असते. असा विचार करीत तो गर्दी कमी होण्याची वाट पाहत बसला.

गर्दी कमी झाली. महाराजांनी पुकारा केला. म्हणाले, "आणा तो काशीचा गोसावी माझ्यासमोर" हा भीतभीत पुढे गेला. चिलीम गांजा भरून ती महाराजांना अर्पण केली. वरती म्हणाला, "महाराज माझी आठवण म्हणून तुम्ही कायमचा गांजा-चिलमीचा स्वीकार करा." खरे तर ही बाब स्वीकारणे महाराजांना योग्य वाटत नव्हते. केवळ भावभक्ती पाहून महाराजांनी होकार दिला.

१
।। तीर्थ ।।

शेगांवात पाटलांची १७ घरे तर देशमुखांचीही अनेक घरे होती. बंकटलालाच्या शेजारी रामाजीपंत आणि त्यांचे पुढे जानराव देशमुख राहत. आज जानरावांच्या घरी गंभीर वातावरण होते. वैद्य उपचार करून थकले. त्यांनी जानराव जगण्याची आशा सोडली. नातेवाइकांना निरोप पाठवा, जानराव आता देवाघरी जाणार असे स्पष्ट सांगितले होते.

अन्य उपाय करून झाले होतेच. यश हाती येत नाही हे स्पष्ट झाल्यावर कुणीतरी एक उपाय सुचविला. "अरे आपल्या गावी संत आहेत त्यांच्या पायाच्या तीर्थाने जानराव बरे होतील."

एक नातेवाईक लगबगीने निघाले. भवानीरामाला भेटून त्यांनी सर्व हकिगत सांगितली. महाराजांच्या पायाचे तीर्थ देण्याची विनंती केली. महाराजांची परवानगी घेऊन भवानीरामाने तीर्थ दिले. अंगारा दिला.

अंगारा-तीर्थ घेताच जानरावाने हातपाय हालवायला सुरुवात केली. संकट टळले. वैद्य आश्चर्यचकित झाले. वैद्यकशास्त्राच्या पलीकडे आणखी काही असल्याची प्रचिती आली. हळूहळू जानरावांची प्रकृती सुधारू लागली.

आठ दिवसांनी जानराव चालत चालत महाराजांच्या दर्शनास आले. त्या निमित्त त्यांनी भंडारा घातला. खूप लोकांनी प्रसादाचा लाभ घेतला.

महाराजांनी जादू केली की काय? नाही. निसर्गाच्या विरुद्ध संत जात नाहीत. संकट टाळू शकतात. आताही तेच झाले.

'तैसा जानरावाचा । मृत्यू गंडातर स्वरुपाचा ।
होता तो टाळिला साचा । समर्थतीर्थ देवोनिया ।।'

१०

॥ 'ग'ची बाधा ॥

समर्थ रामदासस्वामींची सेवा करणारे कल्याणस्वामी प्रसिद्ध आहेत. संत-पुरुषांची सेवा करणारे अनेक साधक असतात. त्यांतले खरे थोडे, खोटेही असतातच. असेच एक विठोबा घाटोळ या नावाचे साधक महाराजांच्या सेवेत होते.

महाराजांचा मी अत्यंत आवडता शिष्य आहे असे तोच स्वत: सांगत असे. लोकांना हे पटावे म्हणून दाखले देत असे. पहा - मी त्यांची सेवा करतो, चिलीम मीच भरून देतो, खाणे पिणे मीच बघतो. माझा शब्द कधीच खाली जात नाही वगैरे वगैरे. समर्थांचा जसा कल्याण तसा मी महाराजांचा जवळचा शिष्य आहे. असे तो लोकांना सांगत आहे.

आता पट्टशिष्य स्वत:च समजत असल्याने, त्याच्या मनात अहंकार निर्माण झाला. गर्व हळूहळू वाढत गेला. त्याला अन्य लोकांपेक्षा आपण श्रेष्ठ आहोत असे वाटू लागले. त्यामुळे येणाऱ्या भक्तावर तो खेकसू लागला. त्यांच्याशी वाईट वागू लागला आणि एका मर्यादेच्या बाहेर तो बिघडला.

महाराजांच्या कानावर त्याच्या एक एक गोष्टी येत होत्याच. महाराज त्याच्यावर बारीक नजर ठेवून होते.

एके दिवशी परगावची भक्त मंडळी दर्शनाकरिता आली. दर्शन घेऊन पुढच्या कामासाठी त्यांना जायचे होते. महाराज झोपलेले होते. दर्शन न घेता पुढे जावे असे त्यांना वाटेना. त्यांनी विठोबा घाटोळला विनंती केली. विठोबाला वाटले चला मोठेपणा मिरवून घेऊया. त्याने लगेच महाराजांना उठवले. भक्तांचे काम झाले. मात्र महाराजांनी विठोबाला काठीने झोडपले. त्याने ओळखले की आता काही खरे नाही.

तो जो पळाला तो पुन्हा आलाच नाही.

११

|| अग्नीवाचून चिलीम पेटली ||

आज अक्षय्यतृतीया. वेळ सकाळची. साडेतीन मुहूर्तांपैकी एक महत्त्वाचा पूर्ण मुहूर्त. या दिवशी पितरांना पाणी द्यायचे असते. त्यामुळे घरोघरी या सणाची तयारी चालू होती.

बंकटलालाच्या बैठकीत महाराज बसले होते. चिलीम ओढण्याची त्यांना इच्छा झाली. त्यांनी मुलांना चिलीम भरण्याची आज्ञा केली. मुलांनी चिलीम तर भरली पण विस्तव कुठे? त्यावेळी आजच्यासारखी काडीपेटी नव्हती.

विस्तवाचा शोध केला. घरी चूल पेटविण्यास अवधी होता. काय करावे असा प्रश्न पडला. बंकटलाल मुलांना म्हणाला, ''अरे आपल्या गल्लीत जानकीराम सोनार आहे ना. त्याचेकडे जा. सोनाराच्या दुकानात विस्तव असतोच. दुकान त्याशिवाय उघडले जात नाही.''

मुले जानकीराम सोनाराकडे गेली. विस्तव होता. मात्र आजच्या सणाच्या दिवशी चिलीम पेटविण्यास विस्तव देण्यास तो तयार नव्हता. मुले म्हणाली ''महाराजांच्या चिलिमेस विस्तव पाहिजे. महाराज देवांचे देव त्यांना विस्तव देणे म्हणजे पुण्यकर्म.''

आता जानकीराम खवळला. तो महाराजांप्रती अपशब्द बोलू लागला. विस्तव तर दिला नाहीच. मुले हिरमुसली होऊन परत आली. महाराजांना सगळं सांगितलं.

महाराज म्हणाले मुलांनो, नुसती काडी चिलिमीवर धरा, अन् काय आश्चर्य चिलीम अग्नीवाचून पेटली. जय गजानन - मुलांनी जयजयकार केला.

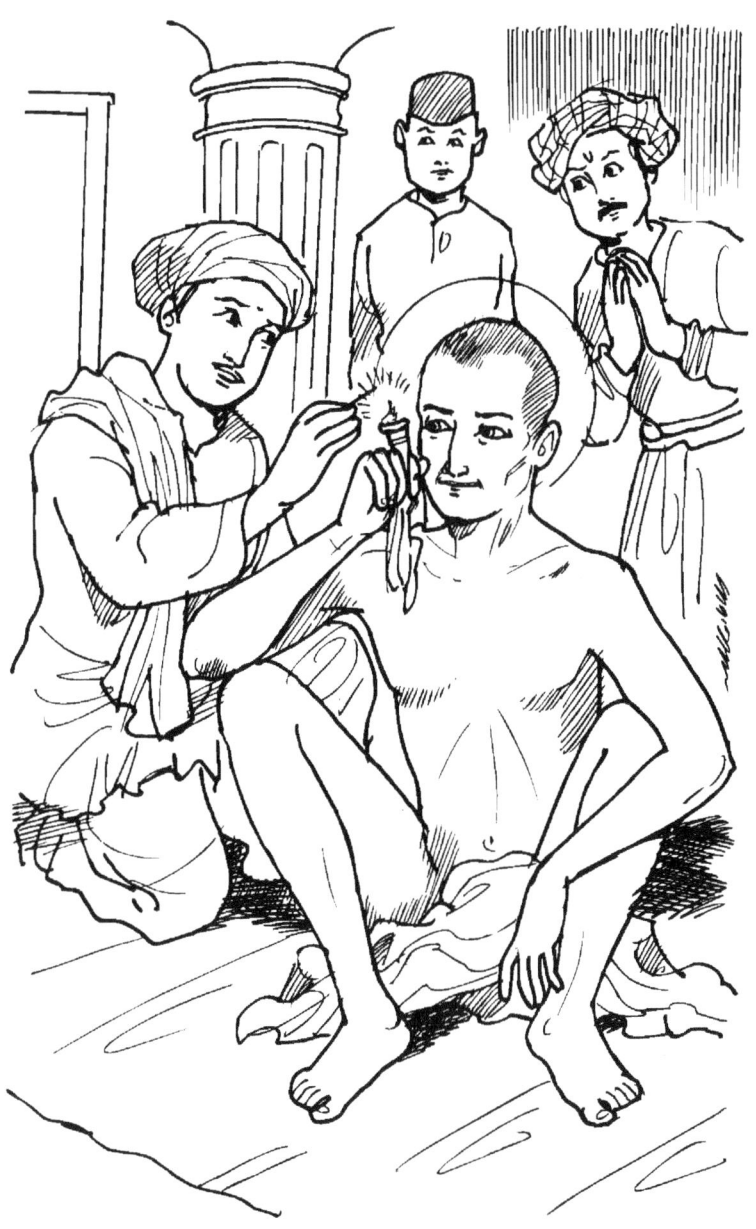

श्रीगजानन महाराजांच्या चिलमीजवळ बंकटलालनें काडी धरतांच चिलीम पेटली.

१२

॥ फळ ॥

वास्तविक संताच्या चिलीमेस विस्तव देणे हे पुण्याचे काम आहे असे लहान मुले जानकीराम सोनाराला सांगत होती. पण सोनाराला ते पटत नव्हते. कारण तो महाराजांना संत समजत नव्हता. तर ते एक वेडे-पिशे आहेत, त्यांच्या जातीपातीचा पत्ता नाही, नागवे राहतात. गटाराचे पाणी पितात असा त्याचा समज असल्याने त्यांनी विस्तव दिला नाही. हे त्याने चांगले काम केले नाही. केलेल्या वाईट कामाचे फळ तर भोगावे लागणारच.

आज त्याच्या घरी सण आहे. अक्षयतृतीयेला १०-१५ लोक जेवायला बोलाविले आहेत. आजच्या दिवशी चिंचवण्याचा मान असतो. छान स्वयंपाक झाला. मंडळी जेवावयास बसली. पानात सर्व अन्न वाढले. सगळ्यात शेवटी चिंचवणे वाढले. पाहतात तर काय? चिंचवण्यात अळ्या. सर्वच लोक पानांवरून उठले. सर्व अन्न वाया गेले.

असं का झालं? जानकीराम आपल्या बायकोवर रागावला. तिने कोणतीही चूक केली नव्हती. अखेर त्याच्या लक्षात आले की हे आपल्या कर्माचंच फळ आहे.

तो चिंचवणे घेऊन महाराजांकडे आला. आपल्या चुकीची त्याने माफी मागितली. त्याला खरोखर पश्चात्ताप झाला आहे हे महाराजांनी ओळखले. महाराज म्हणाले, जा माफी दिली. तुझे चिंचवणे पहा किती मधुर आहे ते!

सर्वांना आश्चर्य वाटले. चिंचवणे मधुर लागले. जानकीराम आनंदाने घरी गेला. सण साजरा झाला.

१३

॥ कान्होल्याचा शोध ॥

अक्षयतृतीयेला जसे चिंचवणे तसेच कान्होले महत्त्वाचे? हे कान्होले त्याच दिवशी खाल्ले जातात. एका महिन्याने खायचे म्हटलं तर शक्य आहे का? तेव्हा तर फ्रीज नव्हते. फ्रीजमधले अन्नदेखील २-३ दिवसांसाठी. अधिक काळासाठी फ्रीज देखील उपयुक्त नाही.

ज्येष्ठ महिना आला. आंब्याचे दिवस गर्मीचे दिवस. महाराज भक्त मंडळींसोबत बसले आहेत. कुणी अंगाला चंदन लावीत आहेत तर कुणी पंख्याने वारा घालत आहे. कुणी आंबे चिरून देत आहेत. चंदू मुकीन नावाचा भक्त आंब्याची फोड महाराजांना देत होता. महाराज त्याला म्हणाले, "चंदू, तुझे आंबे नकोत. अक्षय्यतृतीयेला तुझ्या घरी केलेले कान्होले मला हवेत. दोन कान्होले उरले होते तेच तू आण, ताजे नकोत."

चंदूला पेच पडला. कान्होले उरले होते काय? बरे असतील तर ते खाण्यायोग्य असणे शक्य नाही? सर्वांनी त्याला समजाविले. की तू घरी जा. महाराजांची वाणी असत्य होणार नाही.

चंदू घरी आला. बायकोला त्याने कान्होले मागितले. ती म्हणाली, "हवे तर ताजे करून देते." चंदू म्हणाला नको, "शिळे कान्होले शोध. तेच दे."

चंदूच्या बायकोने शोध घेतला. दोन कान्होले खापराच्या भांड्यात होते. ते सुकले होते. पण खाण्यायोग्य होते. चंदू धावत धावत गेला. महाराजांना कान्होले अर्पण केले.

महाराजांना हे कळलेच कसे?

१४

|| चिंचोलीचा माधव ||

आपण, आपली बायको, आपली पोरे एवढंच ज्याला माहिती आहे काही लोक असतात. शेगावच्या जवळ चिंचोली नावाचं एक गाव आहे. तेथे माधव नावाचा एक ब्राह्मण होता. तो अशापैकी एक. कुणाच्या उपयोगी पडायचं नाही. देव माहिती नाही की दान माहिती नाही. असा स्वकेंद्री माणूस.

आयुष्य पुढे पुढे जात होतं आणि या माधवाच्या घरची एक एक माणसे मृत्यू पावली होती. संपत्तीही संपत चालली. शेवट तो एकटा राहिला. नाही धन नाही कुणी काळजी घेणारं. अशा वेळी आठवतो तो देव नाहीतर संत.

हा आला महाराजांकडे. वैतागलेला होता. खोटं वैराग्य आलं होतं. महाराजांना म्हणाला, आता मी उपोषणाला बसतो. देव पावेतो उपोषण. एक दिवस गेला. दुसऱ्या दिवशी गावातील लोक असे करू नकोस, जेवून घे, असे सांगत. गावाच्या कुळकर्ण्यांनी घरी जेवायला बोलाविले. हा गेलाच नाही. तसाच उपोषणाला बसला.

महाराजांना माहिती होतं की हे उसने वैराग्य आहे. रात्री एकान्त पाहून महाराजांनी रौद्ररूप धारण केले. माधवाच्या अंगावर धावून गेले. माधव घाबरला, पळाला. छाती धडधड उडू लागली महाराजांनी नेहमीचं रूप घेतलं. त्याला समजावलं. तोही समजला. आता खरंच त्याला वैराग्य प्राप्त झालं.

त्याच गतजन्मीचं पुण्य होतं म्हणून तो अशा स्थितीत महाराजांकडे आला. अन्यथा कुठल्यातरी गटारात पडून मेला असता. मात्र महाराजांनी त्याला हाताशी धरला आणि मुक्ती दिली. संतसहवास घडावा एवढे तरी पुण्य हवे.

ॐ

१५

|| वसंतपूजा ||

वर्षाचे ऋतू सहा. पैकी पहिला वसंत. चैत्र पाडव्याला हा सुरू होतो, दोन महिने एक एक ऋतू असतो. वसंत महिन्यात एका विशेष पूजेला महत्त्व आहे आज ती पूजा करावी असे महाराजांना वाटले. त्यांनी आपला मनोदय गावकऱ्यांना सांगितला.

मंत्र-श्रवणाने देवालाही आनंद होतो. त्यासाठी मंत्रजागर करावा म्हणजे वेद देवाला श्रवण करवावा. त्यासाठी वैदिक ब्राह्मण हवेत. इथेच अडचण होती. वेद म्हणणारे ब्राह्मण शेगांवात त्या वेळी नव्हते त्याशिवाय मंत्रजागर शक्य नाही असे गावकरी म्हणाले.

इच्छा महाराजांची ती अपूर्ण कशी राहील? महाराज म्हणाले "तुम्ही पूर्ण तयारी करा, उद्या वेद सांगणारे ब्राह्मण येतील.''

दुसरे दिवशी गावकऱ्यांनी पूर्ण तयारी केली. केशर घालून चंदनाचे उटणे केले त्यात कापूर टाकला. दक्षिणेसाठी रुपये १०० जमा झाले. पन्हे, बर्फी, भिजलेली डाळ तयार झाली आणि कुठूनतरी ब्राह्मणमंडळी शेगांवला आली. मंत्रजागर झाला. थाटात वसंतपूजा पार पडली. आलेली ब्राह्मणमंडळी तर खूश झालीच त्याबरोबर गावकऱ्यांनाही वसंतपूजेचा आनंद घेता आला.

☙

१६

|| शिवमंदिरात महाराज ||

शेगावात महाराजांच्या दर्शनास भक्तगण सतत येत असत. तेच ते संसाराचे प्रश्न महाराजांसमोर लोक मांडत, कुणी ''मला भगवंत हवा'' असे म्हणत नसत. महाराजांकडे येऊन संसारसुखाची मागणी करणे म्हणजे महाराजांना ती उपाधी म्हणजे त्रास वाटत असे. साहजिकच ती टाळावी असे त्यांना वाटे. म्हणून ते महिना - महिना असे निघून जात. कुणाला त्यांचा पत्ता लागत नसे.

असेच एकदा पिंपळगावशेजारी जंगलात असलेल्या हेमाडपंथी शिवमंदिरात ते आले. धानस्थ बसले. वेळ सायंकाळची. गुराखी मुले आपली गुरे घेऊन परतीच्या वाटेवर. पैकी २-३ मुले शिवमंदिरात आली. दर्शन घेतलं. त्यांना आश्चर्य वाटले. कुणीतरी परकी व्यक्ती ध्यान लावून बसलेली त्यांनी पाहिली. सायंकाळी इकडे मुद्दाम कुणी येत नसे त्यामुळे त्यांना आश्चर्य वाटले.

आपल्या बाकी सवंगड्यांना त्यांनी आवाज देऊन बोलाविले. हालवून जागे करण्याचा प्रयत्न जेव्हा अयशस्वी झाला तेव्हा त्यांना भीती वाटली. चेटूक, भूत आहे काय? असे प्रश्न विचारले गेले. उत्तरही त्यांनीच दिले. शिवासमोर भूत येत नाही.

ही व्यक्ती बोलत नाही, जागी होत नाही असे पाहून आणि जिवंत असल्याची खात्री झाल्यावर त्यांनी महाराजांची पूजा केली. कांदाभाकरीचा नैवेद्य ठेवला. घरी जाण्यासाठी वेळ होत असल्याने सर्व गुराखी मुले घराकडे परतली.

मग महाराजांनी काय केले?

१८

|| पिंपळगावात महाराज ||

गुराखी मुलांना थोडा उशीर झालाच. घरच्यांनी कारण विचारल्यावर शिवमंदिरात एक साधू आल्याचे मुलांनी घरी सांगितले. गावभर बातमी पसरली. उद्या सकाळी जाऊन बघू असे ठरले. रात्र तशीच गेली. काही मुलांना चिंता वाटू लागली. शिवमंदिरातील साधूंनी भाकरी खाल्ली असेल काय? ते झोपले असतील काय? त्यांचे जवळ तर काहीच चादर, शाल नव्हती मग...?

सकाळ झाली. गुराख्यांची ४-५ पोरे समोर आणि जाणती माणसे मागे अशी प्रभात फेरीच निघाली. शिवमंदिरात सर्वजण आले. गुराख्यांना जास्त आश्चर्य वाटले. जसे काल होते तसेच आजही दिसले. भाकर तशीच पडलेली. गावकरी अचंबित झाले. त्यांनी महाराजांना हलवून जागे करण्याचा प्रयत्न केले उपयोग झाला नाही.

एक तास गेला - दोन तास झाले. मग गावातून पालखी आणली. महाराजांना तसेच ध्यानावस्थेत उचलले, पालखीत ठेवले. वाजत गाजत पालखी पिंपळगावात आणली. अंगावर गुलाल, फुले, तुळशीहार अर्पिले. अवघा आनंद होत होता.

पालखी हनुमानमंदिरात आणली. मंदिरात महाराजांना उचलून ठेवले. महाराजांची समाधी तशीच होती. तोही दिवस तसाच गेला. दुसऱ्या दिवशी महाराजांची समाधी उतरली. गावकऱ्यांना अजून आनंद झाला. महाराजांची पूजा करण्यात आली. खूप नैवेद्य आणविले. थोडेथोडे खाऊन महाराज तिथेच राहिले.

१८

|| शेगांवात अस्वस्थता - चिंता ! ||

आज १५ दिवस झालेत - महाराजांचं दर्शन नाही. कुठे गेलेत महाराज! रोज यावे. बंकटलालाच्या घरी विचारणा करावी आणि निराश होऊन परत जावे. असा दिनक्रम सुरू झाला. चिंता वाढू लागली. अस्वस्थता वाटू लागली. महाराजांचा शोध सुरू होता मात्र नक्की कुठे ते मात्र कळत नव्हते. आता काय करावे?

आज मंगळवार. शेगावचा आठवडी बाजार. आजूबाजूच्या परिसरातील लोक बाजारासाठी येतात. ते आलेले. पिंपळगावचे लोक अन्य लोकांना सांगत होते. आमच्या गावी एक अवलिया आले आहेत. ते सिद्ध महात्मा आहेत. आमचे भाग्य म्हणून ते आम्हाला लाभले आहेत. त्यांना आम्ही कुठे जाऊ देणार नाही.

बातमी बंकटलालास कळली. तो आपल्या पत्नीसह गाडी घेऊन पिंपळगावी निघाला, मारुती मंदिरात आला. महाराज तिथे होतेच. त्यांनी महाराजांना विनवणी केली. महाराज आपण जाऊन १५ दिवसांपेक्षा जास्त काळ लोटला. शेगावात आपण नसल्याने लोक चिंता करीत आहेत. आपण शेगावला चलावं. मी बैलगाडी आणली आहे. तुम्हाला न्यायला आम्ही आलो आहोत.

महाराज गाडीत बसले. शेगावी आले. बंकटलालाने विनंती केली की महाराज आपण कुठेही जात जा मात्र पुन्हा येथेच शेगावला येत जावे. महाराजांनी ते मान्य केले.

तरीही महाराज पुन्हा कुठे गेले?

ॐ

१९

।। कोरडे हृदय ।।

सांसारिक माणसांच्या उपसर्ग टाळण्यासाठी महाराज कधी कधी असेच कुठेही जात न सांगता. आज तसेच घडले. भल्या पहाटे महाराज एकटेच निघाले. चालता चालता सूर्य वर आला. आणखी वर आला. उन्हाळ्याचे दिवस, अंगातून घामाच्या धारा, घशाला कोरड पडलेली. तरीही महाराज चालत होतेच.

भर दुपारची वेळ. आडगावचे शिवार कुणी एक शेतकरी तसल्या उन्हात शेतीला पाणी देत होता. त्याचे जवळ पाणी मिळेल या आशेने महाराज त्याचेकडे गेले. भास्कर पाटील त्याचे नाव. महाराजांनी त्याला पाणी मागितले. पाटलांनी साफ नकार दिला.

पाण्यावाचून तडफणाऱ्या जिवाला पाणी देणे पुण्याचे काम असते. धनिक लोक पाणपोया का लावतात याचा विचार कर असे सांगून महाराजांनी पुन्हा भास्कर पाटीलाकडे पाणी मागितले.

आंधळे / पांगळे यांना पाणी पाजणे या पुण्याच्या गोष्टी ठरतील. तुझ्यासारख्या मैंदांना पाणी देणे हे काही पुण्याचे काम नाही असे भास्कर पाटील उत्तरला.

या पंचक्रोशीत पाणी नाही. घरून येताना पाण्याचे मडके मी माझ्यासाठी आणले आहे. असे भास्कर म्हणाला. एवढेच नव्हे तर तू इथून नीघ, तोंड काळे कर, तुझ्यासारखे मैंद म्हणजे सुस्त लोक या देशात जन्मतात म्हणून आमची जगात नाचक्की होते असे तो म्हणाला.

विहिरी कोरड्या तसे माणसांचे हृदयही कोरडेच.

२०

|| क्षणात भरली कोरडी विहीर ! ||

महाराज हताश होऊन भास्कर पाटलाच्या शेतातून बाहेर पडले. जवळच एक कोरडी विहीर त्यांना दिसली. त्या विहिरीकडे ते गेले. तोच भास्कर पाटील ओरडला, "अरे पिश्या, ती विहीर १२ वर्षांपासून कोरडी आहे. या पंचक्रोशीत कुठेही पाणी नाही."

विहिरीजवळच एका दगडावर महाराज शांतपणे बसले. ईश्वराची करुणा भाकली, "जिथे मानवी प्रयत्न अपुरे पडतात तेव्हा पांडुरंगा, तुझ्याशिवाय कोण मदतीला येणार?" असा प्रश्न ईश्वरापुढे मांडून, महाराजांना ईश्वरी लीला आठवल्या.

महाराज म्हणतात नखाग्रावर गोवर्धन पर्वत उचलून गोकुळाचे रक्षण केलेस, दामाजीपंतासाठी महार झालास, चोखामेळ्यासाठी मेलेली ढोरं ओढलीस, नामदेवाला मारवाड प्रांतात असताना जेव्हा तहान लागली तेव्हा तूच देवा निर्जल भागात जल निर्माण केलेस. असा तुझा अगाध महिमा. किती सांगावा तेवढा अपुराच. मग तुला आता या कोरड्या विहिरीत पाणी आणणं अशक्य आहे काय? देवा या परिसरात पाणी नाही. जनतेचे त्यामुळे हाल होत आहेत देवा पाणी दे.

अशी करुणा भाकली अन् क्षणात कोरडी विहीर पाण्याने भरली.

भास्कराने विस्मयाने ते पाहिले. तो पळतच आला. महाराजांची क्षमा मागितली. त्याच्या मनात विरक्ती निर्माण झाली. तो कायमचा महाराजांचा भक्त झाला. त्याने घरसंसाराचा त्याग केला.

कोरडी विहीर मधुर पाण्याने भरल्याची बातमी वाऱ्यासारखी पसरली. परिसरातील लोकांनी पाणी पिऊन पाहिले आणि महाराजांचा जयजयकार केला.

२१

॥ सर्वत्र तो एकच ! ॥

बंकटलालाने आपल्या शेतात मक्याची कणसे भाजून खाण्याचा बेत आखला. महाराजांना अति आग्रहाने त्याने शेतात आणले. सोबत १५-२० भक्तगण होते.

शेतात एक मोठी विहीर, तुडुंब पाणी भरलेले. शेजारी चिंचेची व अन्य काही मोठी झाडे. सतरंज्या टाकल्या, मंडळी गप्पा मारीत बसली. कणसे भाजण्यासाठी १०-१२ आगट्या पेटविण्यात आल्या. त्यांचा धूर वर - वर जाऊ लागला. एका चिंचेच्या झाडावर असलेले एक मोठ्ठे मोहोळ त्यावर धुराचा लोट गेला. मग काय हजारो माश्या उठल्या - चिडल्या. त्यांनी या मंडळींकडे आपला मोर्चा वळविला.

हे दृष्य पाहताच मंडळी जे सापडेल ते अंगाभोवती लपेटून पळून गेली. एकटे महाराज तेथे राहिले. महाराजांच्या अंगावर सर्वत्र माशाच माशा. जणू काही माशांची घोंगडी पांघरून महाराज बसले आहेत.

महाराज ईश्वराच्या लीलेचे मनात चिंतन करीत होते. माशा तोच, मोहोळ तोच, मक्याची कणसे तोच, कणसे खाणाराही तोच. तोच तो सर्वत्र नटलेला आहे.

बंकटलाल पुढे आला. महाराजांची त्याने क्षमा मागितली. अंगात माशांचे काटे रुतले ते कसे काढू? सोनार बोलावू का? असे तो विचारीत होता. महाराजांनी योगबलाने ते सर्व काटे एकदम अंगाबाहेर काढून दाखविले.

"धन्य तो योगी - गजानन समर्थ!"

२२

।। नरसिंगजीची भेट ।।

शेगांवच्या ईशान्य दिशेला एक अकोट नामक गाव आहे. जवळच निबिड असे अरण्य आहे. अशा निर्जन अरण्यात नरसिंगजी महाराज राहत असत. ते जरी प्रपंचात होते तरी त्यांना एकान्तवास आवडतच असे. जात मराठा, भक्त विठ्ठलाचा मात्र त्यांना जे सद्‌गुरू लाभले होते ते मुसलमान होते. त्यांच्या सद्‌गुरूचे नाव होते 'कोतश्या अल्ली'.

आज अचानक महाराजांना या आपल्या मित्राची आठवण झाली म्हणून ते नरसिंगजीस भेटण्यास आले आहेत. दोघेही ज्ञानी. त्यामुळे एकमेकांना पाहून त्यांना अत्यानंद झाला.

दोघेही परमार्थाची चर्चा करू लागले. महाराज म्हणाले, "मी प्रपंचाचा त्याग करून योगमार्गाचा स्वीकार केला आहे. या मार्गात अघटित गोष्टी घडत असतात. सामान्य लोकांना ते कळत नाही म्हणून त्या लपविणे सुलभ व्हावे यासाठी मी पिसेपणाचे सोंग घेतले आहे."

कर्म, भक्ती आणि योग हे तीन मार्ग 'ज्ञानाच्या' गावाला घेऊन जातात. प्रत्येकाने आपआपल्या मार्गाने जावे मात्र अभिमानरहित, अहंकाररहित राहावे असे दोघांचे हितगुत झाले.

दोन संत एकत्र असल्याची बातमी गुराख्यांकडून सर्वत्र कळली. भक्तगण भेटीस येऊ लागली. मात्र उपाधी टाळण्यासाठी महाराज तेथून परत फिरले. अर्थात, पुन्हा भेट देण्याची नरसिंगजींची विनंती मान्य करूनच.

२३

।। व्रजभूषण ।।

व्रजभूषण कुणाचे बरे हे नाव?

अहो आपल्या कृष्णाचे! वृंदावनाचे भूषण आणखी कोण असणार. तर या नावाचे एक सत्पुरुष दर्यापूरजवळच्या शिवरग्रामी होऊन गेले. चंद्रभागा या नावाची एक छोटी नदी या गावाजवळून वाहत असे.

हा व्रजभूषण सूर्यउपासक बरं का! हा अगदी सूर्योदयापूर्वी उठायचा, चंद्रभागेत स्नान करायचा, रोज सूर्याची आराधना करायचा. त्याचा भाग्योदय जवळ आला.

एके दिवशी महाराज भल्यापहाटे आपली शिष्यमंडळी घेऊन या शिवरग्रामी आले. चंद्रभागेच्या पात्रात महाराज बैसले. सभोवार भक्तमंडळी.

तिकडून व्रजभूषण आला. नित्याचे विधी आटोपून आकाशातील सूर्याची पूजा करून होताच त्याचे लक्ष महाराजाकडे गेले. तो चकित झाला. पृथ्वीवरचा हा भास्कर पाहून तो धावत सर्व पूजासाहित्य घेऊन आला. महाराजांना त्याने नमस्कार केला. पूजा केली. सूर्याच्या बारा नावांचा उच्चार करून त्याने महाराजांना प्रदक्षिणा घातली.

महाराजांनी आशीर्वाद दिला. म्हणाले, ''आज तुझी साधना फळाला आली तुझ्या कर्ममार्गाने तुझे ईप्सित तुला मिळेल. कर्ममार्गावर श्रद्धा ठेव मात्र अहंकाराने लिप्त होऊ नकोस. तुझे कल्याण होईल.''

२४

|| पत्ता बदलला ||

प्रगट झाल्यापासून महाराज बंकटलालाच्या घरी राहत. अनेक वेळा अनेक ठिकाणी गेले पण परत आले ते बंकटसदनातच. शिवरग्रामाहून ते आल्यावर बंकटलालाकडेच गेले. असेच एक दोन महिने गेले. २-३ ठिकाणी महाराज जाऊनही आले. श्रावण महिना आला आणि पत्ता बदलला.

गावात एक मारुतीमंदिर आहे. पाटील मंडळी त्या हनुमंताचे भक्त. श्रावण महिन्यात या मंदिरात महिनाभर उत्सव साजरा केला जात असे. महाराज श्रावणाच्या सुरुवातीला या मंदिरात आले.

संन्याशाने गृहस्थाश्रमी माणसाकडे कायमचे राहणे योग्य नाही असे बंकटलालाला त्यांनी सांगितले. बंकटलाल खूप नाराज झाला. मात्र तू जेव्हा घरी बोलाविशील त्या वेळी अवश्य येत जाईन असे आश्वासन मिळाल्यावर तोही राजी झाला.

हा हा म्हणता ही बातमी परिसरात पसरली. लोक अधिक संख्येने मंदिराकडे येऊ लागले. महाराजांच्या सेवेला भास्कर पाटील व अन्य मंडळी असत.

ॐ

२५

।। संताचा आशीर्वाद ।।

शेगांवच्या पाटील घराण्यावर गोमाजीमहाराजांचा आशीर्वाद होता. त्यावेळी महादजी पाटील कारभार करीत. त्यांना दोन मुलं. मोठा कडताजी, धाकटा, कुकाजी. मोठा कडताजी अकाली मृत्यू पावला. त्याला ६ मुले. धाकटा कुकाजी पांडुरंगभक्त, मात्र निपुत्रिक. त्याने थोरल्या भावाच्या पश्चात आपल्या सहा पुतण्यांचा सांभाळ केला. घराण्याचे नाव पुढे आणले. घरी जमेदारी म्हणजे सरकारी वतनदारी, पाटीलकी आली. सुबत्ता संपन्नता नांदत असे.

मारुती मंदिरात महाराज आल्यानंतर पाटलाची पोरे, त्यांची चेष्टा करीत, त्यांना त्रास देत. भास्कर पाटील ते पाहून महाराजांना म्हणाला, ''महाराज चला जाऊ आडगावला.'' महाराज म्हणाले, ''भास्करा थोडा धीर धर, ह्या घराण्याला संताचा आशीर्वाद आहे. ही तरुण मुले माझी भक्त आहेत.''

पाटील भावंडांत सर्वात मोठा खंडू, त्यानंतर गणपती, नारायण, मारुती, हरी आणि कृष्णाजी. सर्व बंधूंना व्यायामाचा शौक. दांडपट्टे, कुस्ती असे पौरुषाचे खेळ ते खेळत त्यांच्या चेष्टा करण्याच्या कृतीकडे दुर्लक्ष करून महाराज मंदिरात वास्तव्यास असत.

या सहा भावांना आपण महाराजांची परीक्षा घ्यावी असे वाटे. ते संधीची वाट पाहात होते.

२६

|| परीक्षा ||

आज हरी एकटाच मारुती मंदिरात आला. महाराजांना त्याने कुस्ती खेळण्याचे आव्हान दिले. वरती कुस्ती जिंकल्यास बक्षिसाचे आमिष.

हरीसोबत महाराज आखाड्यात आले. महाराज म्हणाले हरीला, "हरी मी असा बसतो तू मला हलवून दाखव." हरीला वाटले हे तर फार सोपे काम. पण झाले उलटेच. हरी घामाघूम झाला. सर्व प्रयत्न निष्फळ. हार मानण्याशिवाय हरीला पर्याय राहिला नाही. हरीला महाराजांनी बक्षीस मागितले. म्हणाले, "शेगांवची पोरे सशक्त कर अन्यथा पाटील नाव टाकून दे." हरीला हो म्हणावेच लागले. आता हरी महाराजांशी विनयाने वागू लागला.

हरीच्या इतर भावांना हरीचे हे वागणे योग्य वाटत नसे. एक दिवस चार बंधू उसाची मोळी घेऊन मंदिरात आले. महाराजांना त्यांनी ऊस खातो काय? अशी विचारणा केली. जर असा पाहिजे असल्यास एक अट घातली. म्हणाले, "आम्ही उसानी तुम्हाला मार देऊ जर अंगावर वळ उमटले नाहीत तरच तुला योगेश्वर मानू."

भास्कर पाटलाचा विरोध न जुमानता नारायण, मारुती, गणपती आणि कृष्णा यांनी उसाने महाराजांवर प्रहार केले.

जेव्हा मुलांच्या लक्षात आले. एकही वळ महाराजांचे अंगावर उठला नाही. पोरे दचकली.

आता महाराज कसला प्रसाद देणार?

॥ २८ ॥

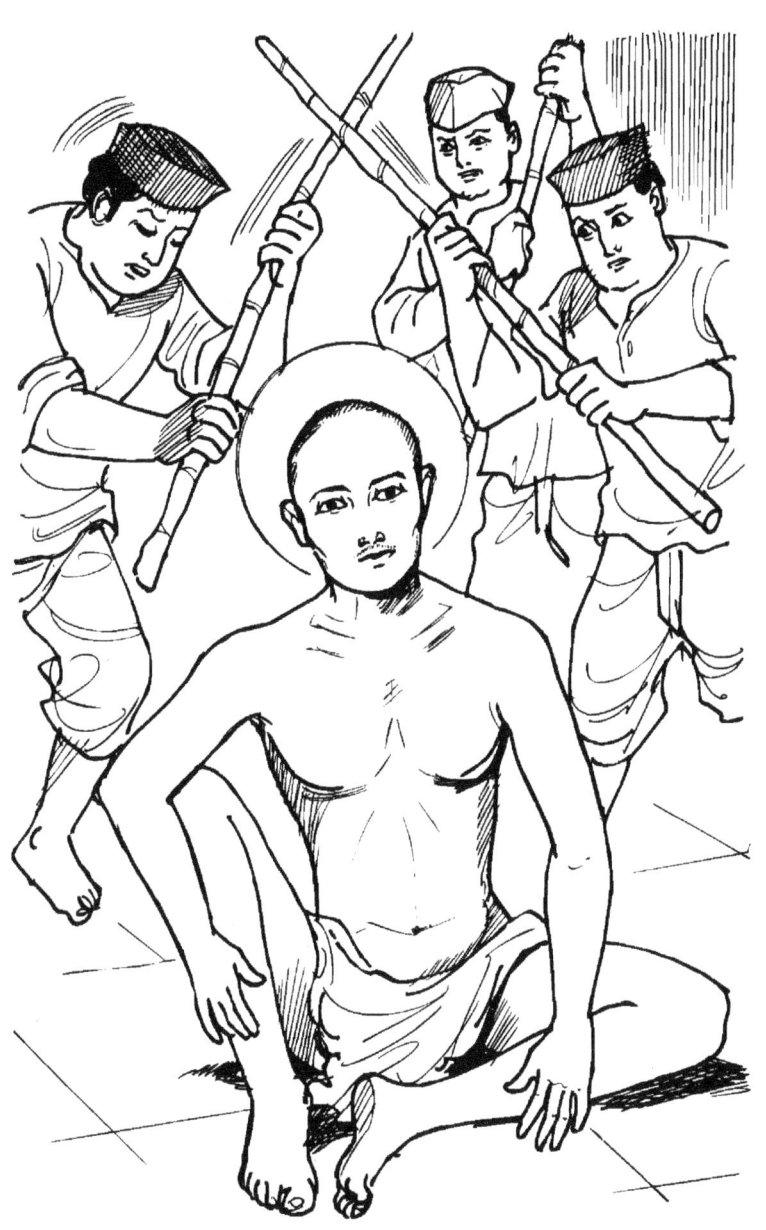

श्रीगजानन महाराजांस मुले उसांनी मारीत आहेत.

॥ २९ ॥

२७

|| प्रसाद ||

उसाचा मार महाराजांनी हसत हसत सहन केल्यावर मुले हरली. महाराजांना शरण आली. महाराजांनी मुलांना हातांनी ऊस पिळून रसाचा प्रसाद प्यावयास दिला. शांतीचे सागर होते महाराज.

आता बातमी सर्वत्र पसरली. भावांनी खंडू पाटलाला ही गोष्ट सांगितली. खंडू आश्चर्यचकित झाला. आता सर्वच पाटील मंडळी महाराजांची भक्त बनली.

असे असले तरी खंडू पाटील महाराजांना एकेरी नावाने हाक मारीत असे अजून विनय रक्तात निर्माण झाला नव्हता.

कुकाजीला हे सर्व कळत होतेच. त्यांनी एकवेळ खंडूस सांगितले की तू महाराजांना विनंती करून एक पुत्र मागून घे. मला आता वरचे बोलावणे केव्हाही येईल त्यापूर्वी नातवंडाचे बोल ऐकू दे - त्याला खेळवू दे.

खंडूने एका दिवशी महाराजाना विनंती करून वंशाचा दिवा मागितला. महाराज म्हणाले, "तू याचना करतोस. म्हणजे भीक मागतोस. 'भिक्या' नाव ठेवशील तर वंशाचा दिवा मिळेल.'' खंडूने ते मान्य केले. पुढे खंडूला मुलगा झाला. भिक्या नाव ठेवले.

महाराजांना शरण जायचा अवकाश - प्रसाद मिळणारच.

२८

|| बेड्या टळल्या ||

देशमुख-पाटील वाद शेगावात चांगलाच रंगला. एकदा एक टपाल तहसील कार्यालयात पाठवावयाचे होते. खंडू पाटील माणसाचे शोधात होते. तो त्यांना मऱ्या नावाचा देशमुखाचा गडी दिसला. पाटलाने त्याला टपाल नेण्याचे फर्मावले. त्याने साफ नकार तर दिलाच, शिवाय तुमच्या आज्ञा म्हणजे शिमग्याच्या बोंबा समजतो असे म्हणून पाटलाचा अपमान केला.

झाले. पाटलाचा पारा वरती चढला. हातातल्या काठीने त्यानी मऱ्याला मारले. मार वर्मी बसला. मऱ्याचा हात मोडला.

मऱ्याच्या नातेवाइकांनी मऱ्याला उचलून देशमुखाच्या वाड्यावर नेलं. देशमुखांनी संधीचा फायदा घ्यायचे ठरविले. मऱ्याला घेऊन ते तहसिलात गेले. पाटला- विरुद्ध तक्रार नोंदविली. अधिकाऱ्याने आदेश दिला. पाटलाच्या हातात बेड्या घालून त्याला धरून आणा.

खंडू पाटलाचे धाबे दणाणून गेले. आता कोण आपला त्राता? खंडू पाटील आणि मंडळी महाराजांकडे गेले, सत्य काय ते सांगून काट्याचा नायटा झाला असल्याने हाती बेड्या पडणार असल्याचे सांगितले. लौकिक प्रयत्न जारी असल्याचे सांगितले.

महाराज म्हणाले, ''खंडू घाबरू नकोस. देशमुखांनी कितीही जोर केला तरी तुझ्या हाती बेड्या पडणार नाहीत.''

तसेच झाले. खंडू पाटील निर्दोष सुटले.

२९

।। तळ खंडूच्या घरी! ।।

कुकाजींनी नातू मागितला, महाराजांनी खंडूला भिक्या नामक पुत्र देऊन इच्छा पूर्ण केली. त्यामुळे पाटील मंडळी महाराजांच्या भजनी लागली.

आता मऱ्याची घटना घडून हाती बेड्या पडण्याची वेळ आली होती, तीही महाराजांच्या आशीर्वादाने टळली. असा आनंदीआनंद झाला. संपूर्ण पाटील-घराणे महाराजांचे भक्त बनले.

महाराजांचे वास्तव्य सध्या मारुती मंदिरात होते. खंडूनी व त्यांच्या बंधूंनी महाराजांना अति आदराने घरी येण्याविषयी विनंती केली. महाराजांनी थोड्या दिवसांसाठी खंडूच्या घरी येण्याचे मान्य केले. तळ हलला. महाराज खंडूच्या घरी राहावयास आले.

३०

|| तैलंगी विद्वान ||

महाराजांचे वास्तव्य खंडू पाटलाच्या घरी असताना त्यांचेकडे भक्तमंडळी दर्शनासाठी गर्दी करीत. महाराजांची कीर्ती सर्वत्र पसरत चालली होती.

काही तैलंगी विद्वान ब्राह्मण, आपल्या गावाकडे जात होते. शेगावपरिसरात ते आले असता, महाराजांची कीर्ती त्यांच्या कानांवर आली. ते विचारत विचारत खंडू पाटलाकडे आले. त्यावेळी महाराज पांघरूण घेऊन निजले होते.

आपली विद्वत्ता कळावी आणि महाराज उठावेत या उद्देशांनी त्यांनी मंत्रोच्चार सुरू केला. आवाज जरा मोठाच होता. मंत्र म्हणण्यात चूक झाली. मात्र त्या विद्वानांच्या ती लक्षात आली नाही.

महाराज ताडकन उठून बसले. वेद पोट भरण्यासाठी म्हणू नका. मोक्षपद प्राप्त करून घेण्याची ही विद्या आहे. यात चूक अजिबात खपणार नाही. असे म्हणून जिथे तैलंगी विद्वान चुकले होते महाराजांनी तेथूनच म्हणण्यास सुरुवात केली. तैलंगी विद्वानांनी खाली मान घातली.

महाराजांच्या योग्यतेची खात्रीच झाली. तैलंगी विद्वानांचा सत्कार करूनच महाराजांनी निरोप दिला. त्यांना दुप्पट आनंद झाला. एक म्हणजे बिनचूक वेद ऐकायला मिळाले आणि दुसरे म्हणजे दक्षिणाही मिळाली.

ॐ

३१

।। आता शिवमंदिर ।।

शेगांवच्या उत्तरेला एक प्रसन्न असे ठिकाण होते. तो म्हणजे कृष्णाजी पाटलाचा मळा. मळा छान हिरवागार. विशेष म्हणजे मळ्यात शिवाचे एक मंदिर होते. कुणालाही आवडेल असे ठिकाण.

खंडू पाटलाच्या घरी आल्यापासून संसारी माणसांच्याच गोष्टी, तेच सुख - दुःख, तीच लालसा. महाराज या उपाधीला कंटाळत असत. अगदी तसंच झालं. महाराजांनी खंडू पाटलाच्या घरून मुक्काम हलविला अन् आले शिवाच्या मंदिरी.

महाराज कृष्णा पाटलाला म्हणाले, 'हा राजराजेश्‍वर इथे रमला आहे, मलाही आता इथेच राहू दे.' कृष्णा पाटलाने लगेच सहा पत्रे आणले, एक शेड करून दिली. भास्कर पाटील, तुकाराम कोकाटे हे दोघे सेवेला होतेच. स्वतः कृष्णा पाटील जेवणाची सोय बघे.

आपला मुक्काम हलविणे फार अवघड गोष्ट. संताना उपाधी म्हणजे बाह्य पाश नसतातच. एक भोपळा म्हणजे पाण्याचे भांडे - लंगोटी घेतली की काम झाले.

सर्वांचेच दिवस मजेत जात होते.

३२

।। गर्वहरण ।।

शिवमंदिरात महाराज असताना १०-१२ गोसावी मुक्कामास आले. ब्रह्मगिरी असं त्यांच्या गुरूचं नाव. तेही सोबतच आले.

कृष्णाजींकडे त्यांनी आपली सोय करावी - राहणे, भोजन आणि गांजा पुरवावा अशी मागणी केली. सायंकाळी गीतेवर प्रवचन होईल. ते ऐकण्यासाठी अवश्य या म्हणून त्यांनी सांगितले.

कृष्णाजींनी त्यांची सोय केली. दुपारच्या भोजनाची व्यवस्था झाली. सायंकाळचे प्रवचन सुरू झाले. स्वत: ब्रह्मगिरी सांगत होते. श्रोत्यांमधे त्यांचे शिष्य आणि गावातील मंडळी होती. "नैनं छिन्दन्ति" हा गीतेतला श्लोक निरूपणासाठी घेतला होता. प्रवचन झाले. काही गावकऱ्यांना ते आवडले काहींना तर नुसता शब्दच्छल वाटला.

इकडे महाराज पलंगावर बसून चिलीम पीत होते. भास्कर चिलीम भरून देण्याचे काम करी. चिलिमीतील विस्तवाची ठिणगी चुकून पलंगावर पडली. पलंग पेटला. सर्व बाजूंनी अग्नी चेतला होता. भास्करानी लगबगीने पाणी आणू का? महाराज खाली उतरा अशी धावपळ सुरू केली.

महाराज म्हणाले, 'ब्रह्मगिरी गोसाव्याला अगोदर धरून आणा आणि बसवा माझ्या शेजारी. त्यांनी आत्ताच "नैन छिन्दन्ति" वर प्रवचन केले. ते सिद्ध करण्याची त्याला ही संधी आहे.'

ब्रह्मगिरी जळत्या पलंगावर बसण्यास घाबरला. त्याला महाराजांची योग्यता लक्षात आली. महाराजांची त्याने क्षमा मागितली. कारण त्याचा गर्वहरण झाला होता.

गर्वहरण झाल्यावर ब्रह्मगिरी गोसाव्याने आपले खोटे रूप टाकले. महाराजांनी त्याला उपदेश केला. मध्यरात्रीच त्याला वैराग्य प्राप्त झाले. कुणालाही न सांगता तो पुढे रामेश्वराला निघून गेला.

३३

|| घोड्याने खोड्या टाकल्या ||

माणसाला सरळ करणे एक वेळ सोपे पण जनावराला सरळ करणे शक्य आहे काय?

संतांना अशक्य काहीच नसते.

गोविंदबुवा टाकळीकर हे एक प्रख्यात कीर्तनकार होते. शेगावच्या शिवमंदिराचा जीर्णोद्धार मोटे नामक सावकारांनी केला म्हणून लोक मोट्याचं मंदिर म्हणत. त्या मंदिरात हे कीर्तनकार येऊन थांबले. त्या काळी घोडा / बैलगाडी प्रवासासाठी वापरीत असत. गोविंदबुवांकडे एक घोडा होता, तो फार खोड्या करीत असे. प्रसंगी चावे. बुवांना त्याचा कंटाळा आला होता, तथापि तो घोडा फुकटही कुणी घ्यावयास तयार नव्हते.

शिवाच्या मंदिरात बुवा झोपले. घोडा समोरच्या मोकळ्या जागेत चऱ्हाटाने बांधला होता. बुवा धास्तावून मधून मधून उठत. घोडा कसा आहे? तो कुणाला त्रास देतो की काय? हे ते पाहत.

अगदी मध्यरात्रीच्या सुमारास महाराज फिरत फिरत घोड्याजवळून जात होते. अचानक त्यांनी पुढे जाण्याचा बेत बदलला. ते घोड्याच्या चार पायांत जाऊन झोपले. मुखाने भजन चालू होते. *गण गण गणात बोते...*

बुवा उठले. घोड्याकडे त्यांनी पाहिलं. घोडा एकदम शांत वाटला. आजारी तर नाही ना? म्हणून जवळ जाऊन त्यांनी पाहिले तर महाराज घोड्याच्या चार पायांत झोपलेले. त्यांनी महाराजांना कृतज्ञतापूर्वक नमस्कार केला. घोड्याने खोड्या टाकल्या होता. तो आता शहाणा झाला.

३४

।। बाळापूरचे विसराळू ।।

महाराजांच्या दर्शनाला जेव्हा लोक जात तेव्हा कुणी हार, नारळ, पेढे, बर्फी असं काहीतरी घेऊन जात. आपला नवस फेडायचा म्हणजे आपलं काम झालं की बोललेली वस्तू महाराजांना अर्पण करायची असा प्रघात असे.

बाळापूरचे दोन ब्राह्मण, आपले काम व्हावे या आशेने महाराजांकडे आले. त्यांनी असा विचार केला की पेढे / बर्फी सर्वच देतात, आपण गांजा अर्पण करू म्हणजे महाराज खूश होतील. आपलं काम उत्तम तऱ्हेने होईल. जाण्यापूर्वी गांजा नेऊ म्हणून बोलले पण विसरले.

पुढच्या वारीला आले, पुन्हा तेच. गांजा आणायचे विसरले. पुढच्या वेळेला दुप्पट गांजा आणू असे त्यांनी ठरविले, शिवाय विसरायला नको म्हणून धोतऱ्याच्या सोग्याला गाठ मारून ठेवली.

तिसऱ्या वारीला महाराजांच्या पायांवर डोके ठेवले अन् लक्षात आले गांजा विसरला. महाराजांनी ते ओळखले. ते भास्कराला म्हणाले, ''पहा हे दोघेजण जातीने ब्राह्मण आहेत. आपला शब्द पुन्हा पुन्हा खोटा ठरवीत आहेत. काम व्हावे ही अभिलाषा मात्र ठेवून ते येत असतात. कबूल केलेला गांजा मात्र आणत नाहीत.'' ते दोघे ओशाळले आपल्या मनातील हेतू - गांजा विसरणे हे महाराजांना कसे कळले, याचे त्यांना आश्चर्य वाटले. शेगावमधूनच गांजा घेऊ व महाराजांना अर्पण करू म्हणून ते उठले. महाराज म्हणाले, ''मी गांजाला हपापलो नाही. तुम्ही मात्र बोलण्याचा वागण्याचा मेळ ठेवत जा.''

पुढच्या आठवड्यात त्यांचे काम झाले. आठवणीने त्यांनी गांजा आणून महाराजांना अर्पण केला.

३५

|| सज्जनगडाची वारी ||

बाळापूरला एक रामदासी असत. त्यांचे नाव बाळकृष्ण. पत्नी अत्यंत पतिपरायण, नाव पुतळाबाई. हे दोघे बाळापूर ते सज्जनगड अशी पायी वारी करत. सोबत सामान वाहण्यासाठी एक घोडे असे.

बाळकृष्ण दरवर्षी पौष वद्य नवमीला बाळापूर सोडीत. अगोदर शेगाव मग खामगाव, मेहेकर करून देऊळगावराजाला येत. नंतर जालना व जांबसमर्थ. जांब समर्थ हे गाव समर्थांचे जन्मगाव. म्हणून तीन रात्री तिथे मुक्काम करीत. पुढचा प्रवास गोदावरीतीरावरील दिवरा मार्गे बीड - अंबेजोगाई - मोहोरी - डोमगाव करून - नरसिंग - पंढरपूर - नातेपुते - शिंगणापूर - वाई सातारा असा प्रवास करून माघ प्रतिपदेला ते गडावर पोचत.

हा सर्व प्रवास पतिपत्नी पायी करीत. बाळकृष्णाच्या हाती चिपळ्या आणि पुतळाबाई झांज वाजवून व गावोगावी भिक्षा मागून व त्या भिक्षेतून रामाला नैवेद्य करून वारी करीत असत. दासनवमीचा उत्सव यथाशक्ति ब्राह्मणभोजन घालून करीत असे. नंतर येणारी एकादशी आणि द्वादशीचे पारणे फिटले की सज्जनगडाचा निरोप घेऊन आल्या वाटेने परत जात असत.

असा उपक्रम दरवर्षी करीत करीत आज वयाला ६० वर्षे झाली. शरीर थकले. यापुढे पायी वारी अथवा वाहनातून वारी होईल का? असा प्रश्न आला. तो बाळकृष्णांनी समर्थांच्या पुढे मांडला.

३६

|| समर्थ बाळापुरात ||

उद्या द्वादशीला सज्जनगड सोडून परत जायचा असा नित्याचा बेत मनात ठेवून, एकादशीला बाळकृष्ण समर्थांच्या समाधीसमोर हात जोडून बसले. डोळ्यांत पाणी-शरीर थकले. या पुढे वारी होणार नाही हे दु:ख समर्थांना विदित केले.

एकादशीचे नित्याचे रात्रीचे भजन पार पडले. बाळकृष्ण अस्वस्थ मनाने झोपले. उत्तररात्री समर्थ स्वप्नात आले. ते म्हणाले, "बाळकृष्णा, अरे सज्जनगडावर येता येत नाही याचे दु:ख करू नकोस. हताश तर मुळीच होऊ नकोस. तू दासनवमीचा उत्सव बाळापूरला घरच्या घरीच करीत जा. मी दासनवमीला तुझ्या घरी येईन."

पुढचे वर्षी बाळापूरला बाळकृष्णबुवांनी यथाशक्ति उत्सवाची सुरुवात माघ वद्य प्रतिपदेला केली. गावातील लोकांनीही वर्गणी देऊन आणि सहभाग घेऊन उत्सवाची छान रचना केली. सकाळी दासबोधवाचन, दोन प्रहरी ब्राह्मणभोजन, धुपारती सायंकाळी आणि रात्री हरिकीर्तन असा रोजचा कार्यक्रम सुरू झाला. समर्थ नवमीला घरी येणार, तर ते कसे येतील? या विचारांचा पगडा बाळकृष्णाच्या मनावर होता. अखेर आला, नवमीचा दिवस, दोनचा प्रहर. दारात समर्थ आणि म्हणताहेत श्लोक -

"अहिल्या शिळा राघवे मुक्त केली । पदी लागता दिव्य होऊनी गेली ।।"

आजूबाजूचे लोक जमा झाले. 'गजानन महाराज आले', असा घोष सुरू झाला. बाळकृष्ण बाहेर आले. त्यांनी महाराजांचे स्वागत केले. पायावर पाणी घातले वर मान करून पाहिले तर श्री समर्थ रामदास! पुन्हा खात्री केली तर गजानन महाराज. बाळकृष्णबुवा गोंधळून गेले. रात्री त्यांच्या स्वप्नात येऊन महाराजांनी दृष्टांत दिला, "अरे मी आणि गजानन यांत भिन्नता बाळगू नकोस. मीच आता गजाननरूपात शेगावात असतो."

३७

|| भाग्यवान आत्माराम ||

अमरावतीला एक भाविक होते. त्यांचे नाव आत्माराम भिकाजी. ते प्रांत या पदावर शासनाच्या सेवेत होते. हातात मोठा अधिकार होता मात्र तो ते जनकल्याणासाठी वापरीत. कायस्थ प्रभू कुळात जन्मलेला हा गृहस्थाश्रमी माणूस महाराजांप्रती त्याची भक्ती होती.

आत्मारामच्या भाग्याने समर्थ एकदा अमरावतीला त्याच्या घरी गेले. त्याला व घरच्या मंडळींना आनंद झाला. महाराजांची छान पूजा करूया असा त्यांनी बेत केला. अगोदर नाना प्रकारची उटणी, सुगंधी तेल लावून महाराजांना स्नान घातले. उमरडेचा प्रसिद्ध कर्वतीकाठी धोतरजोडा नेसावयाला दिला. कंठात पुष्पहार, भाली केशरी गंध लावून नैवेद्य समोर ठेवून रुपये १०० एवढी दक्षिणा सादर केली. धूप-दीप-आरती करून पूजेची सांगता झाली.

ह्या पूजेसाठी भाविक, शेजारी, नातेवाईक हजर होते. पूजेचा सोहोळा मनापासून केला म्हणून तो छान पार पडला. ते पाहून प्रत्येकाला अशी पूजा आपल्या घरी करायला मिळावी अशी इच्छा मनात निर्माण झाली.

पण प्रत्येकजण काही आत्मारामासारखा भाग्यवान नसतो. जे भाग्यवान असतात, त्यांचेकडे महाराज अवश्य जात. असा भाग्यवान आणखी कोण?

३८

|| चंद्राबाईच्या घरी ||

आत्मारामाच्या घरी महाराजांची पूजा झाली. त्या वेळी अनेक भाविक उपस्थित होते. त्यात एक लिंगायत समाजाचा गणेशअप्पा व त्याची बायको चंद्राबाई असे दोघे हजर होते. चंद्राबाईच्या मनात अशी पूजा आपल्या घरी व्हावी असे वाटू लागले. तिने हा विचार गणेशअप्पाला सांगितला. गणेशअप्पाला विचार आवडला. तथापि, हे शक्य होईल असे त्याच्या मनाला वाटेना.

श्री गणेश श्रीकृष्ण खापर्डे नामक धनाढ्य वकील होते. त्यांनाही महाराजांची पूजा करावयाची होती. अत्यंत छान पूजा झालीही मात्र गणेशअप्पाच्या मते खापर्डेंसारख्या मोठ्या माणसांना महाराजांना घरी नेण्यासाठी खूप वशिला लावावा लागला, मग आपल्यासारख्यांच्या गरिबाच्या घरी महाराज येणारच नाहीत.

गणेशअप्पांनी बायकोची समजूत काढण्याचा प्रयत्न चालविला. पत्नीच्या मते एकदा विनंती तर करा. तोंड तर उघडा. महाराज येतीलच. पण गणेशअप्पा विचारण्याची हिम्मत करीत नव्हते.

शेवटी महाराजांना गणेशअप्पाची घालमेल पाहवेना. ते गणेशअप्पाला म्हणाले, ''अरे, मनात आलेला चांगला विचार भीड न ठेवता बोलून दाखवावा असो, तुझे घर कुठे आहे ते सांग. मी तुझ्या घरी येऊ इच्छितो.'' चंद्राबाईच्या आनंदाला पारावर राहिला नाही.

महाराज चंद्राबाईच्या घरी आले. गणेशअप्पा चंद्राबाई यांनी पूजाविधी छान केला. महाराजांच्या चरणी आपला संसार अर्पण केला.

३९

।। बाळाभाऊ ।।

अमरावतीचे प्रांत - आत्माराम भिकाजी अत्यंत श्रद्धावान भाग्यवान, यांचे घरी महाराजांची पूजा झाली. त्यावेळी त्यांचे एक भाचे त्या वेळी भाग्ययोगाने हजर होते. वास्तविक ते मुंबईला तारऑफिसमधे नोकरीला होते. ते स्वत: अत्यंत भाविक. सद्‌गुरू आपणाला भेटावा अशी आशा त्यांना लागून होती. अशा स्थितीत हा योग जुळून आला.

मुंबईवरून सुट्टी घेऊन ते अमरावतीला आले. मामाच्या घरची पूजा पाहिली. महाराजांच्या प्रती त्यांची भक्ती दृढ होत गेली. त्यानंतर अनेकांनी महाराजांची पूजा केली. त्या प्रत्येक पूजेच्या वेळी बाळाभाऊ हजर. त्यांना आता महाराजांना सोडून नोकरीवर जावे वाटेना. पाहाणाऱ्यांना वाटावे की हा भोजनार्थी असावा. गोडधोड खायला मिळते म्हणून तो प्रत्येक पूजेला हजर राहत असावा असे काही भक्तांना वाटे.

नाइलाजाने बाळाभाऊ नोकरीवर हजर झाले. मात्र त्यांचे नोकरीत लक्ष लागेना. पुन्हा पुन्हा ते महाराजांकडे येत. नोकरीची त्यांना आता पर्वा वाटेना. ते इथे थोड्या दिवसांसाठी येत. मात्र सुट्टी वाढवून वाढवून इथेच थांबत. ऑफिसची पत्रे येत. घरची पत्रे येत, मात्र बाळाभाऊंना महाराजांना सोडून जावे असे वाटत नसे. केलेला संसार पुरे झाला. नोकरी पुरे झाली आता महाराजांपाशी राहावे असे ह्यांच्या मनाने घेतले मात्र पाहणाऱ्या अन्य भक्तांचा त्यांचेविषयी गैरसमज होई. हा फुकटचंबू महाराजांना चिकटतो आहे. असे इतरांना तर वाटे - अगदी भास्कर पाटलांची तीच भावना होती.

एकदा त्यांना मठातून घालवून देऊन मुंबईला धाडले. मात्र त्यांनी नोकरीचा राजीनामा देऊन पुन्हा शेगाव गाठले. अशी श्रद्धा असा निर्धार! हेच बाळाभाऊ महाराजांचे पहिले उत्तराधिकारी होत.

४०

॥ दुफळी - निमाली ॥

शेगाव एक अत्यंत सामान्य, अन्य हजारो गावांपैकी एक गाव. परिसरातील लोक मंगळवारच्या आठवडी बाजारासाठी येत बाहेरच्या कुणाला हे गाव माहिती असण्याचे तसे कारण नव्हते.

या गावाला सतरा पाटील अधिक देशमुख निराळे. पाटील - देशमुखांची पिढ्यान्-पिढ्यांची तिरस्काराची भावना येथेही छान जोपासलेली. त्याशिवाय एकामेकांचे हेवेदावे निराळे. शेजारा - शेजाऱ्यांची भांडणे तर सर्वत्र ऐकावयाला मिळतात.

अशा या शेगांवी महाराज प्रगट झाले. गावाचे महत्त्व दिवसेंदिवस वाढू लागले. मात्र दुफळी छान तशीच राहिली. महाराजांना ही दुफळी घालवून द्यायची होती.

आज महाराज कृष्णाच्या मळ्यातील शिवमंदिरात न जाता मोट्याच्या मंदिराशेजारील एका माळ्याच्या जागेत येऊन बसले. कृष्णाजीला ही बातमी कळली. मळा सोडला ही बातमी सर्वत्र पसरली. कृष्णाजी, हरी, अन्य गावकरी मंडळी आली. कृष्णाजीला तर रडू आवरेना. आपला मळा सोडला ही कल्पना त्याला सोसेना. सर्वांनी मळा न सोडण्याविषयी सांगितले. हरी पाटील, नारायण पाटील व अन्य काहीजणांनी आपले घर खाली करून देतो, घरी चला अशी विनंती केली. महाराज आपल्या निर्णयावर ठाम होते.

अखेर त्या माळ्याने म्हणजे सखाराम आसोलकर याने आपली जागा मठासाठी दिली. दुफळी निमाली. अवघ्यांचा समेट झाला आणि शेगावातील पहिला मठ बांधला. प्रामुख्याने परशुराम सावजींनी फार मेहनत घेतली.

४१

।। अशी परीक्षा ।।

महाराजांच्या सेवेत राहिले की पेढे बर्फी खायला मिळते - गोडधोड जेवण नेहमी मिळते त्यामुळे काही स्वार्थी मंडळी महाराजांच्या जवळ राहत. वरवर सेवा करीत आतला हेतू - खाणेपिणे असे होते. मात्र चांगला कोण वाईट कोण कसा शोधावा.

भास्कर पाटील महाराजांचे निस्सीम भक्त मुंबईची नोकरी सोडून बाळाभाऊ महाराजांपाशी राहिले. बाळाभाऊ खाण्यापिण्याकरिता सेवेत आहेत असा भास्कर पाटलांचा गैरसमज झाला. एक दिवस ते बाळाभाऊला म्हणाले, "अरे ओढाळ बैल जसा मार दिला तरी पुन्हा पुन्हा हिरव्या चाऱ्याकडे धाव घेतो, तसे तू इथे पुन्हा पुन्हा येतोस. किती सांगितले तरी ऐकत नाहीस. खरा लोचट आहेस." खरी स्थिती महाराजांना माहिती होतीच.

भास्कराचे असे बोलणे महाराजांनी ऐकले. शेजारी एक गृहस्थ उभे होते, त्यांच्या हातची मोठी छत्री महाराजांनी हाती घेतली आणि बाळाभाऊला छत्रीने मारावयाला सुरुवात केली. छत्री मोडली म्हणून वेळूच्या भरीव काठीने बाळाभाऊंना मारू लागले. तीही काठी मोडली. मग महाराजांनी बाळाभाऊला पायाने तुडविण्यास सुरुवात केली.

हा विचित्र प्रकार अचानक घडला. तो लवकर थांबेना. काही मंडळी बंकटलाल, कृष्णाजी यांना बोलवायला गेली. भास्कर पाटलाची तर गाळण उडाली. त्यांना असे होईल हे माहीत नव्हते.

बंकटलाल आले. भीत भीत ते महाराजांना म्हणाले, "महाराज, पुरे आता बाळाभाऊ आपला भक्त आहे. त्याला केवढे लागले आहे." महाराज म्हणाले, "पहा बरे किती लागले आहे ते!" मात्र बाळाभाऊंना कुठेही लागले नाही. ते निजानंदात निमग्न असल्याचे पाहून सर्वांना आश्चर्य वाटले. भास्कर पाटील यांना बाळाभाऊची भक्ती कळली.

४२

|| द्वाड गाय ||

बाळापुराला एक भक्त होते. सुकलाल आगरवाला त्यांचे नाव. त्यांचे घरी एक अति द्वाड गाय होती. घरी बांधून ठेवता, चऱ्हाटे तोडून ती गावभर फिरे, मुला माणसांना तुडवे, आपल्या शिंगाने सशक्तावर चाल करीत असे. वाटेल त्याच्या दुकानात जाऊन धान्याच्या पोत्यात तोंड खुपसून धान्य खाई - सांडे. तेल-तुपाचे डब्बे धक्क्याने सांडी. ती आली की लोक सैरावैरा धावत. गाय मन मानेल तसे ती वागे. त्यामुळे सर्वजण या त्रासाने वैतागले होते.

सुकलालाकडे तक्रार करून उपयोग नव्हता. कारण तो म्हणे तुम्हाला जे करायचे ते गायीला करा. मारा, घालवून द्या. काहीही करा लोक म्हणत असत की तू गोळी घालून मार, तो म्हणे. एका पठाणानी असा प्रयत्न केला. मात्र या गायीला कसे कळले देव जाणे! मागून येऊन त्याला उलटा पाडला. आता काय करावे?

एकजण म्हणाला, "अरे महाराजांनी टाकळीकरबुवांचा घोडा शांत केला. ही गाय महाराजांना अर्पण करा म्हणजे सुकलालाला पुण्य लाभेल. गावकऱ्यांचा त्रास संपेल."

मोठ्या प्रयत्नांनी गाय पकडून गाडीत घालून महाराजांपाशी आणली. गंमत म्हणजे जसजसे शेगाव जवळ येऊ लागले तसतसा त्या गायीच्या वृत्तीत फरक पडला. ती शांत झाली. महाराजांना पाहताच गाय शांतपणे महाराजांच्या जवळ येऊन उभी राहिली. महाराजांनी तिला सोडली. तिने महाराजांचे पाय चाटून तीन प्रदक्षिणा घातल्या. महाराज गायीला म्हणाले, "तुझा द्वाडपणा सोडून दे. शहाण्यासारखं वाग. इथेच राहा, मठ सोडून कुठे जाऊ नकोस." गायीने महाराजांची आज्ञा तंतोतंत पाळली. आजही तिची वंशावळ शेगावात आहे.

४३

।। दांभिकतेचे फळ ।।

कारंज्याच्या लक्ष्मण घुडेला पोटाची व्याधी जडली. संपत्ती होती म्हणून उपचारावर खूप खर्च केला मात्र उपयोग झाला नाही. अखेर महाराजांची कीर्ती त्यांच्या कानावर आली. इतरांच्या मदतीने तो महाराजांच्या दर्शनास शेगावी आला.

लक्ष्मणच्या बायकोने महाराजांना साकडे घातले, "महाराज, मी तुमची धर्मकन्या आहे. माझा पती वाचवा." त्यावेळी महाराज आंबा खात होते. तसाच तो तिच्याकडे फेकून दिला आणि म्हणाले, "हा आंबा लक्ष्मणाला खायला दे." ती आंबा घेऊन कारंज्याला आली. पतीला आंब्याचा प्रसाद खायला दिला.

शेजारी नातेवाईक आले. विचारपूस करून गेले. वैद्य आले. आंबा खाल्ल्याचे ऐकून त्यांना वाईट वाटले. ते म्हणाले, 'आंबा हे कुपथ्य आता लक्ष्मणाचे काही खरे नाही.'

पण घडले निराळेच! थोड्या वेळाने रेच झाल्यावर पोट साफ होऊन व्याधी संपली. लक्ष्मणाच्या तब्येतीत सुधारणा होऊ लागली.

बरा झाल्यावर लक्ष्मण दर्शनासाठी शेगावला आला. आग्रहाने महाराजांना घरी बोलाविले. सर्व धन-संपत्ती तुमचीच आहे असे वरवर म्हणाला. महाराज म्हणाले, "कुलूपे रस्त्यावर फेक तिजोरी मोकळी कर." लक्ष्मण घुड्याला हे मानवले नाही. त्याचा दांभिकपणा महाराजांच्या लक्षात आला. ते काही न खाता तसेच परत फिरले. म्हणाले - अरे, मी दुप्पट द्यायला आलो होतो. पण तू पडला दांभिक, आता भोग दांभिकतेचे फळ. लक्ष्मण घुडे सहा महिन्यांत कंगाल झाला.

४४
॥ फेरा जन्ममरणाचा ॥

बाळापूरला दुसऱ्या वर्षी महाराज बाळकृष्णाच्या घरी दासनवमी उत्सवाला आले. सोबत इतर भक्त मंडळी होती. बाळपूरचे सर्व भक्त या उत्सवाला हजर होते. समर्थ रामदास म्हणजेच गजाननमहाराज अशी खात्री गेल्या वर्षी पटलेली होतीच. यथासांग पूजा पार पडली.

बाळापूरला एक कुत्रे भास्कर पाटलाला येऊन चावले. आता हा पिसाळेल म्हणून इतर भक्तगण चिंतेत पडले. भास्कर पाटील शांत होते. ते म्हणाले काही काही काळजी नको. माझा त्राता गजाननमहाराज मला त्यांचेकडे न्यावे. ते सांगतील तेच करावे.

महाराज म्हणाले, "हत्या, वैर आणि ऋण हे क्रियमाण फेडावेच लागते. या जन्मी नाहीतर पुढील जन्मी. गेल्या जन्मी भास्कराचे वैर एका कुत्र्याशी होते. दुसरे म्हणजे या भास्कराने द्वाड गायीचा द्वाडपणा घालविण्यास मला सांगितले. तो द्वाडपणा गेला. मात्र आज तो द्वाडपणा कुत्रेरूपाने भास्कराप्रती येऊन चावला. दोन्हीही क्रियमाण संपले. यामुळे आता भास्कर पाटील कोणाच्याच कर्जात नाहीत. त्यांना दुसरा जन्म घेण्याची गरज राहिली नाही. आता तो जन्ममरणांच्या फेऱ्यांतून मुक्त पावणार."

बाळाभाऊंनी ते ऐकले. भास्कर पाटलाला ते म्हणाले. "धन्य तुम्ही. तुमची योग्यता मी काय वर्णू, आता जन्ममरणांच्या फेऱ्यांतून तुमची सुटका झाली. महाराजांच्या सहवासाने तुम्ही मुक्ती पावलात."

४५

।। तीर्थक्षेत्री प्रयाण ।।

भास्कर पाटलाचे आयुष्य आता फक्त दोन महिने उरले असे महाराजांनी सांगितले. या काळात भास्कर पाटील अत्यंत आनंदात होते. मात्र त्यांची एक इच्छा त्यांनी बोलून दाखविली व ती म्हणजे महाराजांचे उत्तम स्मारक शेगावी व्हावे. सहकाऱ्यांनी त्यांचे म्हणणे मान्य केले.

आता महाशिवरात्र दोन दिवसांवर आली. महाराज भास्कर पाटलाला म्हणाले, "अरे, चला तीर्थक्षेत्री जाऊया. त्र्यंबकेश्वराचे दर्शन घेऊन गोदावरीचे पूजन करूया. तिथे गहिनीनाथ आहेत. ब्रह्मगिरी पर्वतावर कुत्र्याच्या विषावर वनौषधी आहे. त्याचा उपचार भास्कर पाटीलाच्या कुत्रा चावलेल्या जखमेवर करुया."

भास्कर पाटील म्हणाले, "महाराज, आपण आम्हाला शंकरासारखे आहात. आपले पाय म्हणजे गोदावरी मग कशाला तीर्थक्षेत्री जायचे? औषध तर मला नकोच. तुमची अगाध सत्ता औषधीपेक्षा मोठी आहे. तथापि महाराज म्हणाले, "भास्करा, हे सर्व ठीक, पण तीर्थक्षेत्री जाऊया त्याला महत्त्व हे असतेच. सोबत पितांबर, बाळाभाऊ यांना घे. चल आपण त्र्यंबकेश्वराचे दर्शन घेऊया."

अशा रीतीने महाराज भक्तमंडळींसह त्र्यंबकेश्वरला आले. कुशावर्तात स्नान केले. त्र्यंबकेश्वराचे दर्शन घेतले. गंगाद्वाराला जाऊन गोदावरीचे पूजन केले. नीलांबिका देवीचे दर्शन घेऊन गहिनीनाथांच्या गुहेत जाऊन नाशिकला आले.

नाशिकला गोपाळदास महंत होते. त्यांनी त्यांच्या शिष्यांना सांगितले, "मी आणि गजाननमहाराज यात फरक करू नका. शरीरे दोन आत्मा एकच आहे." त्यांच्या शिष्यांनी त्याच भावनेने महाराजांचे पूजन केले.

४६

|| महानिर्वाण - भास्कराचे ||

दरवर्षीच्या रामनवमी उत्सवाला शेगांवी अती गर्दी होत असे. हा उत्सव झाल्यावर महाराजांनी अडगावला येण्याचे आश्वासन झामसिंगास दिले होते. त्यासाठी रामनवमी उत्सवाला झामसिंग आला. उत्सव झाल्यावर महाराज अडगावात आले.

एका दिवशी महाराजांनी भास्कराला दुपारच्या प्रहरी फुफाट्यात लोळविले. त्याच्या छातीवर बसून ताडन केले. अचानक घडलेल्या या घटनेमुळे भक्तगण स्तंभित झाले. जवळच बाळाभाऊ होते. त्यांनी महाराजांना विनंती केली की भास्कराला आता मारू नका. त्यावर महाराजांनी बाळाभाऊला प्रतिप्रश्न केला की मी भास्कराला मारले त्याचे कारण कळले काय? वास्तविक भास्कराला महाराजांच्या मारण्याने जराही त्रास झाला नाही. मात्र भास्कराने बाळाभाऊला जो मार छत्रीने वेळूच्या काठीने तुडविण्याने महाराजांच्या हस्ते देवविला होता ते क्रियमाण नासावयास आजचे कृत्य महाराजांनी केले होते. आता भास्कर पाटील कोणत्याही संचिताचा धनी नव्हता.

हनुमानजयंती उत्सव झाला. वद्य पंचमीला भास्कर जाणार हे भाकीत महाराजांनी केले. त्यानुसार भास्कर पूर्वेला तोंड करून पद्मासन घालून बसले. चित्तवृत्ती स्थिर केल्या. नारायणाचे स्मरण चालू झाले. महाराजांनी दुपारी "हरहर" शब्द केला आणि भास्कर पाटील अनंतात विलीन झाले.

महाराजांच्या आदेशान्वये भास्करासाठी विमान तयार करून द्वारकेश्वराच्या बाजूला सतीच्या शेजारी भास्कराचे दहन करण्यात आले.

ॐ

४७

|| कावळ्याची गोष्ट ||

अडगाव आकोलीच्या मध्यात द्वारकेश्वर महादेवाचे बाजूला सती शेजारी भास्कर पाटीलाच्या समाधीची जागा मुक्रर करण्यात आली.

पुढचे १० दिवस अन्नदान, भजन, कीर्तन असा सोहळा सुरू झाला. शेजारी आंबा, वड अशी मोठीमोठी झाडे होती. या झाडाखाली अन्नदानाच्या पंक्ती बसत. मात्र कावळे फार त्रास देऊ लागले. काव काव करून परिसर दणाणून सोडत, पात्रावरचे द्रोण उचलून नेत, जेवणाऱ्याच्या अंगावर मलोत्सर्ग करीत. या कावळ्यांना मारण्याशिवाय पर्याय नाही असे वाटल्याने भिल्लांनी तीरकमठे तयार केले.

महाराजांना ही गोष्ट कळली. त्यांनी कावळे येण्याचे कारण प्रथम सांगितले. भास्कर पाटील पितृलोकात न जाता थेट वैकुंठाला गेले. म्हणून या कावळ्यांचे पित्त खवळले आहे आणि आता किमान प्रसाद तरी मिळू देत असे त्यांना वाटत आहे हे महाराजांनी स्पष्ट करून, "कावळ्यांना मारू नका. मी त्यांना उद्यापासून येऊ नका असे सांगेन.''

कुत्सित लोकांना महाराजांचे हे म्हणणे पटले नाही. "महाराजांची आज्ञा कावळे पाळतील काय? असे कुठे होते काय?'' असे ते म्हणाले. दुसरे दिवशी ही टीकाकार मंडळी मुद्दाम आली. त्यांच्या आश्चर्याला पारावार राहिला नाही. खरोखरच दुसऱ्या दिवशी या परिसरात एकही कावळा दृष्टीस आला नाही. ते सर्व महाराजांना शरण गेले.

ॐ

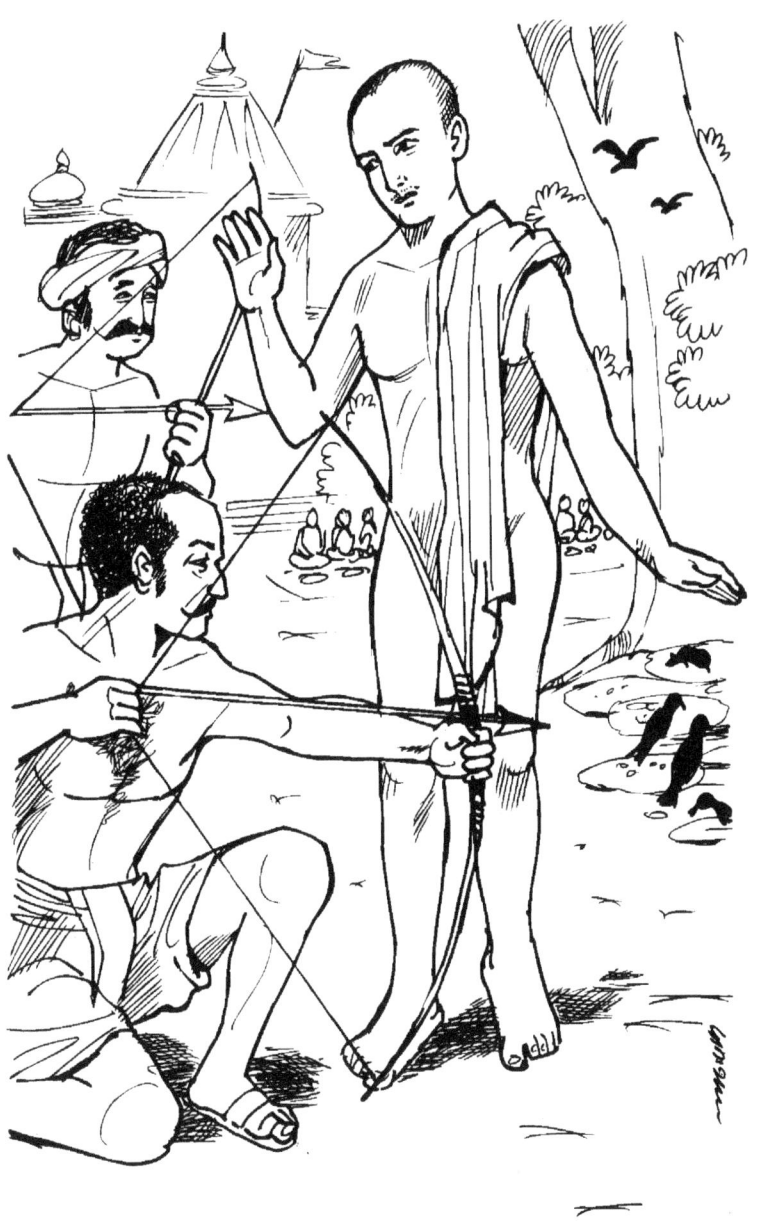

श्रीगजानन महाराजांनी कावळ्यांना यथेच्छ खाऊं दिले व पुन्हा न येण्यास सांगितले.

४८

॥ गणू जवऱ्या ॥

या वर्षी शेगावात दुष्काळ पडला. अगोदरच या भागात पाण्याची कमतरता. भरीस भर - त्यात दुष्काळ त्यामुळे दुष्काळाची कामे सुरू होती. शेगावात एका विहिरीचे काम सुरू होते. अंदाजे १०-१२ फूट खोल खोदाई झाल्यावर काळा पाषाण लागला. सुरुंग लावल्याशिवाय दगड फुटणे शक्य नाही म्हणून पहारीने दगडाला चारही बाजूंनी भोके पाडली. त्यांत ठासून दारू भरली. दुरून बत्ती देता यावी यासाठी व्यवस्था झाली. मात्र गाठीच्या ठिकाणी दिलेली बत्ती थांबली. सुरुंगापर्यंत बत्ती न गेल्यामुळे सर्वच प्रयत्न वाया जातात की काय अशी स्थिती निर्माण झाली.

मुकादम सचिंत होऊन बसला. त्याने गणू जवऱ्याला विहिरीत उतरून पुंगळ्या पुढे सरकव आणि लगेच वर ये अशी ताकीद देऊन आत पाठविले खरे पण हे काम करण्यास कुणीही पुढे येत नव्हता. आणि त्याशिवाय पुढचे काम ठप्प झाले होते. गणू जवऱ्या गरीब माणूस शिवाय भिडस्त त्याने हे साहस करण्याचे ठरविले.

महाराजांचे नाव घेऊन गणू जवऱ्या आत उतरला. पहिली पुंगळी पुढे सरकविली. दुसरीला हात लावण्यासाठी वेळच नव्हता. स्फोट झाला. गणू आत सापडला. लोक हळहळले. गणूंचे प्रेत दगडासोबत बाहेर फेकले गेले असावे. शरीराचे तुकडे तुकडे झाले असावे म्हणून त्याला शोधा असे मुकादम म्हणाले. त्यावर विहिरीतून गणूचाच आवाज आला. गणू म्हणाला, "मी जिवंत आहे. मात्र ज्या कपारीत मी लपलो आहे, त्याच कपारीवर मोठा धोंडा पडलेला आहे. तो दूर सारा म्हणजे मी वर येईन." गणू वर आला थेट मठात गेला. महाराजांना म्हणाला, "आज तुम्ही मला वाचविले."

महाराजांनी गणूला विचारले, "गण्या कपारीत बसून किती धोंडे उडविलेस? त्यात एक मोठा धोंडा तुला रक्षण्यास येऊन बसला म्हणून तू वाचलास! जा! तुझे गंडातर आज टळले."

४९

|| भाग्यवान बच्चुलाल ||

काही माणसे भाग्यवान असतात. न मागता त्यांना हवे ते मिळते. अगदी अचानक महाराज बच्चुलाल अग्रवालाचे अकोला येथील घरी आले. बच्चुलालाच्या घरच्या समोरील पडवीत महाराज येऊन बसले. बच्चुलाल महाराजांचा भक्त होताच. पण महाराज आपल्या घरी येतील असे त्याला अपेक्षित नसावे. मात्र महाराज आले तर त्यांचा यथायोग्य सत्कार पूजा व्हावयास हवी असे त्यास वाटले. त्याने तत्काळ विचारून महाराजांची संमती घेतली.

बच्चुलालाने महाराजांना सुवासिक तेल-उटणे लावून उष्णोदकाने स्नान घातले. अन्य भक्तही जमा झाले. सर्वांनी सेवेचा लाभ घेतला. मग महाराजांना पितांबर नेसवून बसविले. अंगावर मौल्यवान शाल घातली. डोईला छानसा रुमाल बांधला. सोन्याचा गोफ गळ्यात घातला. दहा बोटांत विविध प्रकारच्या अंगठ्या, गळ्यात मोत्याचा कंठा, बुक्का भाळी लावून तुळशीहार फुलांचे हार घातले. विविध मिष्टान्ने नैवेद्य म्हणून समोर ठेवली. एका तबकात विडे ठेवले आणि मोठी दक्षिणा म्हणून सोन्याच्या मोहरा समोर ठेवल्या.

अत्यंत श्रद्धेने हे सगळे झाल्यावर तो विनयाने महाराजांना म्हणाला, महाराज आपली कृपा असावी हेच पायाशी मागणे आहे. अजून एक इच्छा आहे. रामनवमीला हा माझा ओटा भक्तांसाठी अपुरा पडतो म्हणून राममंदिरच बांधावे असे मला वाटते.

महाराजांनी अंगावरचे कपडे, दागिने काढून टाकले आणि दोन पेढे खाऊन बच्चुलालाला तुझी इच्छा पूर्ण होईल असा आशीर्वाद देऊन महाराज निघून गेले. भक्तांना लक्ष्मण घुडेचा खोटेपणा आठवला. लक्ष्मणाने महाराजांना घरी बोलावून त्यांचे पूजन केले पण ते मनापासून केले नाही. 'शर्कराखंडखाद्यानि म्हणून आणून ठेविला कुजका दाणा भुईमुगाचा!' परंतु बच्चुलालने सर्व पूजाविधी मनापासून केल्याने त्याचा भाग्योदय आता स्पष्ट दिसू लागला होता.

५०

|| पितांबर ||

अगदी सुरुवातीपासून पितांबर शिंपी महाराजांचा निस्सीम भक्त होता. सदैव महाराजांची सेवा त्यांचे ध्यान तो करीत असे. त्याने आपल्या उपजीविकेचा व्यवसाय म्हणजे शिंपीकाम सोडून दिले होते. तो सतत महाराजांच्या सोबत राहायला लागला.

गरिबी असल्याने धड कपडे त्याला नसत. मात्र त्याची खंत त्याला नसे. एके दिवशी महाराजांनी त्याला स्वतःच्या अंगावरचा शेला दिला आणि अंगावरचे फाटके धोतर काढून शेला नेसण्यास सांगितले. महाराज पितांबरावर एवढे खूश पाहून अन्य भक्तांना त्याचा मत्सर वाटू लागला. तो मत्सर एवढा खालच्या पातळीवर गेला की, महाराजांनी पितांबरला अन्य गावी जाण्याचा आदेश दिला आणि लोककल्याण करण्यास सांगितले.

पितांबर फिरत फिरत कोडोली गावात आला. एका वठलेल्या झाडाखाली बसला तर मुंगळ्यांचा त्रास जाणवला. म्हणून तो सुरक्षित जागा पाहण्याच्या उद्देशाने झाडावर चढून एकेका छोट्या-मोठ्या फांदीवरून फिरला. मात्र तो चुकूनही पडला नाही. हे दृश्य गुराखी मुलांनी पाहीले. गावातल्या लोकांना कथन केले.

कोण आले हे पहायला, गावातले लोक आले. पितांबराने आपले नाव आणि गजाननमहाराजांचा शिष्य असल्याचे सांगितले. लोकांना ते खोटं वाटले.

शामराव देशमुख म्हणाले, ''ज्या गुरूचे तू नाव सांगितलेस त्यांनी वठलेल्या झाडाला आंब्याची फळं आणविली होती. तू किमान पाने आण.'' अशक्यप्राय गोष्ट ऐकून पितांबर घाबरून गेला. मात्र महाराजांच्या कृपेने वठलेल्या झाडाला हिरवी पालवी फुटली. गावकऱ्यांनी महाराजांचा जयजयकार केला. कोडोलीत पितांबर राहिले. तिथेच समाधिस्थ झाले.

५१
|| सरकारी जागेत ||

इकडे शेगावात महाराज असेच बसले असता शेगावात मी आता राहत नाही असे जमलेल्या मंडळींना सांगत होते. भक्तांनी कारण विचारले. त्यावर महाराज उत्तरले. माझा कृष्णा पाटील गेला. आता अन्य कुणाच्या जागेत मला राहावयाचे नाही. शेगावात दुफळी फार आहे. मला कुणाची मालकी असलेल्या जागेत आता राहावयाचे नाही.

गावात दुफळी होती हे खरे. मात्र अनेक भक्तगण आपली जागा महाराजांना द्यायला तयार होते. महाराजांचा एकच निग्रह त्यामुळे सर्व प्रस्ताव नामंजूर. सरकार परक्याचे म्हणून आपल्या साधूंचे त्यांना महत्त्व नाही या कारणास्तव सरकारी जागा मिळणार नाही. मग महाराज शेगांव सोडून जाणार या चिंतेत भक्तगण पडले.

सरकारी जागा मिळणार नसल्याचे एकाने भीतभीत महाराजांना सांगितले. त्यावर महाराज उत्तरले. काळजी नको सरकारी जागा मिळेल त्यासाठी हरी पाटलाने पुढे होऊन जागेची मागणी करावी.

सर्व मंडळी हरी पाटलाच्या नेतृत्वाखाली जिल्हाधिकारी बुलढाणा यांचेकडे गेले. रीतसर जागेची मागणी केली. करी या नावाचे जिल्हाधिकारी होते. त्यांनी अर्जावर शेरा लिहिला. अर्जात दोन एकराची मागणी आहे, मी एक एकर तूर्त जागा देतो. दिलेल्या जागेचा वापर उत्तम केला तर नंतर उर्वरित जागा देता येईल.

अशा रीतीने महाराजांच्या मठासाठी सरकारी जागा मिळाली. त्याच जागेवर महाराजांचे समाधी मंदिर झाले.

५२

।। प्रयोजन ।।

अल्पशा प्रयत्नाने जागा मिळाली. आता मठाचे भव्य बांधकाम हाती घेतले. भक्तांची संख्या खूप मोठी होती. त्यामुळे निधी लवकर जमा झाला. फार मोठमोठ्या रकमा भक्तांनी दिल्या तथापि कामही मोठे म्हणून आलेला पैसा संपला.

आता सर्वानुमते वर्गणी गोळा करावयाचे ठरले. जे सात्त्विक मनोवृत्तीचे होते त्यांनी वर्गणी दिली. कुत्सित मंडळींनी मात्र टवाळी केली. तुमचे महाराज मोठे संत मग कुबेराकडे चिठ्ठी पाठवून पैसे का मागून घेत नाही. असे अनेक तर्क-कुतर्क झाले.

यावर जगदेव नावाचा भक्त म्हणाला, "वर्गणी करण्याचे प्रयोजन म्हणजे तुमचे कल्याण." जगदेवाने पुढे सांगितले, "मानवाला ऐहिक वैभवाची आशा असते ती पूर्ण करणेसाठी असे पुण्यकर्म आवश्यक असते. रोग बरा करण्यासाठी जसे औषध घ्यावे लागते, ते औषध देहाला उपयुक्त चेतनातत्त्वाला म्हणजे प्राणासाठी ते उपयुक्त नाही, आवश्यकही नाही. तसेच महाराजांना तुमच्या वर्गणीची गरज नाही. तुमच्याच कामनापूर्तीसाठी या वर्गणीचे प्रयोजन आहे."

अनाचार - दुर्वासना असणाऱ्यांना चांगले फळ मिळणे शक्यच नाही. मात्र पुण्यकर्म करणाऱ्यांना त्याचे उत्तम फळ मिळाल्याशिवाय राहत नाही. खडकावर बी टाकल्यास त्याचा उपयोग नाही. काळ्या मातीत टाकलं तर कणीसभर दाणे परत मिळतात.

५३

।। बांधकामावर भेट ।।

अशा रीतीने मंदिराचे बांधकाम छान आकाराला येत होते. एके दिवशी महाराजांना वाटले, आपण कामावर भेट दिली तर कामाची गती आणखी वाढेल म्हणून ते जुन्या मठातून निघाले. रस्त्यात एक रेती वाहून नेत असलेली बैलगाडी समोर आली. महाराज गाडीत बैसले गाडीवान जातीने महार होता. तो तत्परतेने दूर झाला. गाडीच्या पुढे चालू लागला.

महाराज गाडीवाल्याला म्हणाले, "अरे मी परमहंस संन्यासी मला शिवाशिवीची विटाळाची बाधा नाही. तू गाडीवर बसू शकतोस." गाडीवान सुसंस्कारित होता. तो उत्तरला, "हनुमान रामरूप झाला मात्र, तो कधीच रामाशेजारी बसला नाही तो कायम रामाच्या पायाशी हात जोडून उभा. तसा मी आपल्याजवळ बसणार नाही."

महाराज गाडीत - गाडीवान गाडीच्या पुढे पायी चालत चालत नव्या जागी आले. सर्वत्र नजर टाकून एका ठिकाणी महाराज बसले. तेच ठिकाण मध्य घेऊन कडेने मंदिराची रचना झाली. त्याच मध्यावर आज महाराजांची समाधी आहे जिचे आपण दर्शन घेतो.

५४

।। घोळ अकरा गुंठ्याचा ।।

पूर्वी एकर, गुंठा अशी परिणामे होती. आता आर हेक्टर हे दशमान पद्धतीने परिणाम आहे. तेव्हाचे ११ गुंठे म्हणजे आताचे ११ आर. मात्र अडीच एकरांचा एक हेक्टर होतो.

महाराज बांधकाम पाहण्यासाठी म्हणून आले. एका जागी बसले. ती जागा केंद्र कल्पून कारभाऱ्यांनी बांधकामाचे नियोजन केले. तसे करताना मंजूर एक एकरापेक्षा ११ गुंठे जागा जास्त घ्यावी लागली.

११ गुंठे जागा जास्त घेतली हे एका दुष्टाने हेरले. जिल्हाधिकाऱ्याकडे त्याने तशी तक्रार केली. जागा घेण्याची जबाबदारी हरी पाटलाची त्यामुळे शासनातर्फे त्याला ५ रुपयांचा दंड झाला. आज रुपये पाच म्हणजे काही वाटत नाही मात्र ११०-११५ वर्षापूर्वी त्याची किंमत फार होती. दुसरे म्हणजे असा दंड म्हणजे नामुश्की समजली जात असे. त्यामुळे हरी पाटील काळजीत होते.

शासनाचा एक जोशी नावाचा अधिकारी या ११ गुंठे प्रकरणाची चौकशी करावयास आला होता. महाराजांनी त्या जोशीला प्रेरणा दिली आणि त्याने अहवाल दिला की हा दंड विनाकारण आहे तो परत केला जावा. त्याप्रमाणे कार्यवाही झाली आणि हरी पाटलाने आनंद साजरा केला.

५५

|| गंगाभारती ||

शरीर म्हटले की व्याधी आली आणि व्याधी जितकी लवकर बरी होईल तितके बरे त्यासाठी पैसा, वेळ, त्रास करून ती बरी करण्याचा प्रयत्न केला जातो. एवढे करूनही यश आले तर ठीक नाहीतर शेवटी संतांचे पाय.

मेहेकर गावाजवळ सवडद नावाचे एक छोटे गाव होते. त्या ठिकाणी असाच एक बैरागी होता. त्याचे नाव गंगाभारती. बायको अनसूया. संतोष नावाचा एक मुलगाही त्याला होता. त्याला रक्तपितीचा रोग झाला. सर्व उपाय झाले. यश नाही आले. तो आला गजाननमहाराजांकडे.

त्याचा रोग फार बळावला होता, हा रोग संसर्गजन्य. त्यामुळे महाराजांचे दुरूनच दर्शन घ्यावे असा सर्वांचा आग्रह. मात्र, एके दिवशी त्याने सर्वांची नजर चुकवून महाराजांचे पाय धरले. महाराजांनी डोक्यावर टपली मारून त्याला उठवले. उठल्यावर दोन-चार चापट्या त्याच्या गालावर लगावल्या. तोंडातला बेडका त्याच्या अंगावर फेकला. गंगाभारतीने तो बेडका हातात घेतला. मुक्कामाच्या जागेवर आला. बेडका मलमासारखा सर्वांगाला लावला. कुटाळ करणाऱ्यांनी त्याला दोष दिला. लावलेला बेडका साबणाने धुण्याचा सल्ला दिला. गंगाभारतीचा विश्‍वास अटळ होता.

रोज त्याने महाराजांकडे यावे. जमेल तसे दर्शन घ्यावे सेवा करावी. गंगाभारतीचा स्वर सुरेल होता. रोज लांब बसून तो महाराजांना सुरेल आवाजात भजन ऐकवीत असे. १५ दिवसांत फरक जाणवू लागला. हळूहळू त्याचा रोग कमी झाला.

बायको-मुलगा गावाकडून आली. घरी चला म्हणाली, गंगाभारती म्हणाला, मी परत येणार नाही. इथेच राहणार. शेवटी महाराजांच्या आज्ञेने तो मलकापूरला गेला.

मलकापूरला त्याची समाधी आहे.

५६
॥ भंडारा श्यामसिंगाचा! ॥

श्यामसिंग नावाचा एक निस्सीम भक्त मुंडगावात असे. महाराजांनी आपल्या गावी यावे. त्यांचे पूजन करावे आणि मोठा भंडारा म्हणजे गावजेवण करावे असा त्याचा विचार होता. तशी विनंती त्याने महाराजांकडे केली. महाराज मुंडगावात आले.

आता श्यामसिंगाच्या घरी प्रचंड गर्दी झाली. प्रत्येकाला महाराजांचे दर्शन व्हावे, भोजनप्रसाद मिळावा असे वाटे. श्यामसिंगाने भंडाऱ्याची व्यवस्था केली. पुढे काय होणार हे संतांना माहिती असते. वाईट टाळण्याचा त्यांचा प्रयत्न असतो. यामुळे संतांच्या आज्ञेत वागावे हेच योग्य. संतांनी जर सांगितले की हे काम तू करू नकोस तर ते काम आपणाला कितीही चांगले वाटत असले तरी करू नये.

त्या दिवशी चतुर्दशी होती. स्वयंपाक तयार होत आला. महाराज म्हणाले, श्यामसिंगा, आज चतुर्दशी। मुळीच आहे रिक्त तिथी। भोजनाच्या पंक्ती पौर्णिमेला होऊ दे॥ श्यामसिंगाला वाटले जेवण देण्यासारखे पुण्याचे काम नाही. महाराज नको म्हणत असले तरी त्याने पुण्याचे काम चांगले काम या नावाखाली पंगती वाढायला सुरुवात केली. अचानक आभाळ आले. विजा कडकडू लागल्या, पाठोपाठ पावसाची एक मोठी सर आली. माणसे सैरावैरा धावली. वाढलेले अन्न वाया गेले. श्यामसिंग दुःखी झाला. त्याने महाराजांना विनंती केली की, महाराज माझ्या अशा भंडाऱ्याने मला पुण्य तर मिळणार नाहीच, लोकांचे नुकसान झाल्याने ते मला दोष देतील. उद्याचा भंडारा चांगला पार पडावा. झाले तसेच, पौर्णिमेचा भंडारा उत्तम तऱ्हेने पार पडला.

५७

|| ग्रंथिक सन्निपात ! ||

हा रोग युरोपातून आपल्या देशात आला. अत्यंत भयंकर रोग. अचानक अंगात ताप भरतो, थंडी वाजते, डोळे लाल होतात आणि कुठेतरी सांध्यावर एक गाठ निर्माण होते. रोग्याची मग शुद्ध हरपते, रोगी बरळतो आणि अचानक त्याचे देहावसान होते. संसर्गजन्य असल्याने रोग्याची सेवा करावयास नातेवाईकदेखील तयार होत नाहीत.

मुंडगावात श्यामसिंग जसा भक्त तसा दुसरा एक पुंडलिक भोकरे. हा पुंडलिक दर वर्षी मुंडगाव ते शेगाव पायी वारी करीत असे. त्याला वारी चुकविण्याची अजिबात इच्छा नसे. दुर्दैवाने त्याला हा रोग झाला मात्र त्याने ते कुणास कळू दिले नाही. आपल्या वडिलांसोबत तो पायी वारीला निघाला.

मजल दरमजल करीत शेगाव जवळ येत होते. शेगाव सुमारे १५ किमीवर आले असता, पुंडलिकाचा रोग बळावला. त्याचा त्रास वाढू लागला. त्याला चालणे अशक्य वाटू लागले. मात्र त्याचा निर्धार पक्का होता. मेलो तरी प्रेत शेगावात न्या, वारी पुरी करा असे पुंडलिकाने आपल्या पित्याला सांगितले. एकुलत्या एक मुलाची जगण्याची आशा डळमळीत होत होती. मुलाला तो गाडीतून जाऊ म्हणून सल्ला देत होता. पुंडलिकाचा निर्धार पक्काच होता. तो तसाच उठत बसत शेगावला पोहोचला.

महाराजांनी आपल्या हातानी पुंडलिकाची गाठ दाबली. ती आत जिरून गेली. महाराजांच्या आशीर्वादाने पुंडलिक बरा होऊन परत आपल्या गावी गेला. आता त्याची भक्ती अधिक दृढ झाली.

☙

५८

।। उधळेपणा टाळा! ।।

खर्डा या मेहेकर तालुक्यातील छोट्या गावी एक बंडूतात्या होता. येणाऱ्या जाणाऱ्याचे तो आगत स्वागत छान करी. मात्र त्याला आपली मिळकत किती, खर्च किती याचा हिशोब घालता न आल्याने हळूहळू त्याच्यावर कर्जाचा बोजा वाढू लागला. घरदार गहाण पडले. कुणी उधारीवर आता सामान देईना. पत संपली. घरी बायकोमुले त्याचा अपमान करू लागली. बंडूतात्या वैतागून गेला.

वैतागाचा परिपाक खोट्या वैराग्यात झाला. इथे राहण्यापेक्षा हिमालयात जाऊन जीव द्यावा असे त्यास वाटू लागले. तो अंगाला राख फासून व एक लंगोटी घालून हरिद्वारला जायच्या तयारीने रेल्वेस्टेशनवर आला. एवढ्यात त्याला एक माणूस भेटला. तो बंडूतात्याला म्हणाला, 'अरे, आपल्या भागात शेगावला जे संत आहेत त्यांना शरण जा. तुझे काम इथेच होईल.''

बंडूतात्या महाराजांच्या दर्शनाला गेला. महाराज म्हणाले, ''तुझ्या शेतात म्हसोबा आहे. त्याच्या पूर्वेला बाभूळ आहे. तिथे तू एकटाच रात्री जा. खोदून पहा. तुला हरिद्वाराला जाऊन जीव द्यायची गरज नाही.''

बंडूतात्या घरी आला. शेतात रात्री एकटेच गेले. सोन्याने भरलेली घागर त्याला सापडली. तो जय गजानन म्हणून तिथेच नाचू लागला. त्याचे संकट टळले. पूर्वीचे घर-दार त्याने पुन्हा मिळविले. शेगावी तो पुन्हा महाराजांच्या दर्शनाला आला. दानधर्म केला. महाराज म्हणाले - उधळेपणा टाक. देवाचे नित्य स्मरण ठेव. तुझे कल्याण होईल.

५९
|| नर्मदास्नान ||

नर्मदास्नानाचं महत्त्व फार. त्यातल्या त्यात सोमवती अमावस्या म्हणजे मोठा मुहूर्त. भक्तांना नर्मदास्नानाला जायची इच्छा झाली. अर्थात महाराजांनी आपल्या सोबत यावे असा भक्तांचा आग्रह. महाराज अगोदर नाही म्हणाले, शेवटी भक्तांच्या आग्रहास्तव येण्यास तयार झाले.

नर्मदातीरी, सोमवती अमावस्येला प्रचंड गर्दी होते. सर्व घाटांवर स्त्रीपुरुषांची गर्दी. कुणाचा शब्द कुणास ऐकू येत नव्हता. कुणी मंदिरात दर्शनासाठी रांगा लावतात, कुणी भजन करीत, कुणी प्रसाद वाटे, कुणी पेढे-बर्फी खात अशा त्या गोंधळात ओंकारेश्वराचे दर्शन घेतले आणि परतीचा विचार सुरू झाला.

खेडीघाट रेल्वेस्टेशन ते ओंकारेश्वर आणि परत असा एका बैलगाडीवाल्याशी करार केला होता. मात्र येताना जो बैलाचा अनुभव आला तो विचारात घेता परत बैलगाडीने जाणे कुणास आवडले नाही. म्हणून नावेनी खेडीघाटाकडे जायचे ठरले. महाराज अन्य भक्तांसोबत होडीत बसले.

होडीतून प्रवास सुरू झाला. मधेच नाव खडकावर आदळली. तळाशी एक छिद्र पडले. नावाड्यांनी पटापट पाण्यात उड्या घेतला. सर्वच घाबरून गेले. महाराज येत नाही असे का म्हणाले होते याचा भक्तांना अर्थ कळला. त्यांनी महाराजांची क्षमा मागून, पुन्हा तुमच्या मर्जीविरुद्ध वागणार नसल्याचे आश्वासन देऊन आता वाचविण्याची विनंती केली. महाराज म्हणाले, "घाबरू नका. नर्मदा तुमच्या जीवाला धक्काही लागू देणार नाही." असे म्हणून त्यांनी नर्मदास्तवन सुरू केले, 'नर्मदे मंगले देवी, रेवे अशुभनाशिनी। मंतु क्षमा करी यांचा, दयाळू होऊनी मनी।। एवढ्यात एक बाईने होडीच्या

छिद्राला हात लावून छिद्र बंद केले. नाव वर आली. या बाई होत्या म्हणून आज प्राण वाचले असे प्रत्येकजण म्हणू लागला, त्या बाईंना कोण म्हणून विचारले असता त्या म्हणाल्या, "मी ओंकार कोळ्याची कन्यका। माझे नाव नर्मदा ऐका। आम्हा परिपाठ आहे देखा। ओले वस्त्र नेसण्याचा।। मी ओलीच राहते निरंतर। माझेच रूप आहे नीर।। असे म्हणून गजाननाला नमस्कार करून निघून गेली. सर्वजण खेडीघाटाला सुखरूप पोचले. ती बाई म्हणजे प्रत्यक्ष नर्मदामैया होती.

६०

|| माधवनाथांचा विडा ||

चित्रकूटच्या माधवनाथांचे एक शिष्य सदाशिव रंगनाथ वानवळे एकदा शेगावात आले होते. त्यांचे टोपणनाव तात्या. महाराज भोजनास बसले होते. अशा वेळी हे तात्या मठात शिरले. साहजिकच महाराजांना तात्यास पाहून त्यांच्या गुरूची म्हणजे माधवनाथांची आठवण झाली. महाराज म्हणाले, ''अरे, तात्याला माझ्यासमोर आणा.'' तात्या आले. महाराज तात्यांना म्हणाले, ''अरे, तुझे गुरू आता इथे येऊन जेवून गेले. जरा अगोदर आला असतास तर सद्गुरूची भेट झाली असती.''

महाराजांनी तात्या व त्याच्या मित्राचा सत्कार केला. सोबत दोन विड्याची पाने देऊन सांगितले की ही दोन पाने माधवनाथाला द्या आणि माझा निरोप सांगा. 'भोजन हमारा साथ हुआ। विडा तुम्हारा याही रहा। तो मागून शिष्याकरवी पाठविला.'

तात्या चित्रकुटाला आले. गजाननमहाराजांचा निरोप आपल्या सदगुरूला सांगितला आणि प्रश्न केला, ''खरेच का तुम्ही त्या दिवशी शेगांवला आला होतात?''

माधवनाथ उत्तरले, ''अरे आमचा आत्मा एक- शरीरे दोन. स्मरण म्हणजेच भेट.'' तात्याला यातले किती कळले ते माहीत नाही. मात्र माधवनाथांनी दोन विड्याच्या पानांचा तांबूल केला. स्वत: खाल्ला. तात्याला प्रसाद दिला.

६१

।। अकोल्यात टिळक ।।

श्री गणेश उत्सव - श्रीशिवजयंती उत्सव सामुदायिकरीत्या साजरा करण्याची प्रथा टिळकांनी सुरू केली. अकोल्यात या वर्षीचा म्हणजे इ. स. १९०८ चा शिवजयंती उत्सव साजरा करण्याचे ठरले. ह्या वर्षीचा उत्साह वेगळाच होता कारण प्रत्यक्ष लोकमान्य टिळक या उत्सवासाठी अकोल्यात येणार होते.

छत्रपतींना जसा रामदासस्वामींचा आशीर्वाद तसा लोकमान्यांना गजानन-महाराजांचा आशीर्वाद असावा असा काहींचा आग्रह पडला. या शिवजयंतीच्या उत्सवाला टिळकांसोबत महाराजांना बोलाविण्याचे ठरले. काहींना हा प्रस्ताव अतिशय आवडला काही लोकांना हे चुकीचे वाटले. सभेमध्ये महाराज नागवे फिरतील, कदाचित लोकमान्यांचा अपमान करतील असे त्यांना वाटे.

महाराजांना आमंत्रण देण्यासाठी जेव्हा नेते शेगांवात गेले. त्यावेळी महाराजांनी स्वतःच सांगितले की ते या उत्सवाला हजर राहतील. कोणत्याही औचित्याचा भंग करणार नाहीत.

सभेचा दिवस आला. अक्षय्यतृतीया. विदर्भात ह्या दिवसाला फार महत्त्व. पितरांना आज पाणी अर्पण करण्याचा दिवस. तरीही मंडपात चिक्कार गर्दी झाली. महाराज अगोदरच व्यासपीठावर येऊन बसले. लोकमान्य टिळक आले. लोकांची उत्सुकता शिगेला पोहचली होती. सभा सुरू झाली. मुख्य भाषण टिळकांचे ते अत्यंत चांगले झाले. ते म्हणाले, "जसा छत्रपतींना रामदास समर्थांचा आशीर्वाद तसा आशीर्वाद देण्यासाठी गजानन महाराज आले आहेत. शिक्षणाशिवाय पारतंत्र्य घालविता येणार नाही आणि तसे शिक्षण सरकार लोकांना देणार नाही." महाराज "नाही नाही नाही" अशी त्रिवार गर्जना करून हसत म्हणाले, "अरे अशानेच पडतात। काढण्या दोन्ही दंडाप्रत।" ऐसे बोलून गणगणात बोते असे भजन करीत बैसले. सभा संपली, टिळकांची वाहवा झाली.

६२

।। गीता-कर्मयोग ।।

अकोल्यातील शिवजयंती उत्सवात टिळकांनी जे भाषण केले, त्यात शासनावर त्यांनी टीका केली होती. अशा भाषणातून लोकजागृती होते व त्यातून स्वातंत्र्य-प्राप्तीची चळवळ उभी राहते. अर्थात हे शासनाला म्हणजे त्यावेळेसच्या ब्रिटिश सरकारला परवडणारे नव्हते म्हणून सरकारने टिळकांवर खटला भरून, त्यांना जेरबंद केले होते.

आता टिळकांची या खटल्यातून कशी सुटका करावी, असा सर्वत्र विचार सुरू होता. अकोला सभेचे आयोजक दादासाहेब खापर्डे मोठे वकील होते. न्यायालयीन कार्यवाहीसाठी ते मुंबईकडे गेले. आपले सहयोगी कोल्हटकरांना त्यांनी शेगांवला महाराजांकडे पाठविले. त्यावेळी महाराज खाटेवर निजले होते. तीन दिवस ते तसेच निजले. कोल्हटकर प्रतीक्षा करीत होते. शेवटी महाराजांनी भाकीत सांगितले. टिळकांना शिक्षा होणार. दूरदेशी तो तुरुंगात जाणार. असो. महाराजांनी एक भाकरी प्रसाद म्हणून टिळकांना देण्यासाठी कोल्हटकराकडे दिली. या प्रसादाच्या जोरावर लोकमान्य मोठी कामगिरी करतील असे सांगितले.

कोल्हटकरांनी मुंबईला येऊन भाकरीचा प्रसाद टिळकांना खाऊ घातला. सर्व वृत्तान्त कथन केला. पुढे झाले तसेच. टिळकांना दोषी ठरवून शिक्षा झाली. ६ वर्षे लोकमान्य टिळक आत्ताच्या मान्यमार (ब्रह्मदेश) मधील रंगून शहरी तुरुंगवासात होते.

या तुरुंगावासाच्या काळात, 'गीतारहस्य' नामक ग्रंथ लोकमान्यांनी लिहिला. गीतेचा अर्थ, कर्मयोगपर लावून त्यांनी विवरण केलेला हा ग्रंथ महाराजांच्या प्रसादाचा प्रभाव होय.

६३

।। श्रीधर ।।

कोल्हापूरला एक श्रीधर गोविंद काळे नामक एक होतकरू तरुण होता. घरची गरिबी. इंग्रजी शाळेत शिक्षण घेतले. मॅट्रिक झाले. पुढे नापास झाला. आता काय करावे?

त्यावेळी स्वातंत्र्यप्राप्तीसाठी तरुण धडपडत असत, कुठल्यातरी चळवळीत सहभागी होत. एकदा श्रीधरने जपानच्या दोन बुद्धिमान- धडपड्या युवकांची गोष्ट केसरीत वाचली. टोगो व ओयामा हे दोन जपानचे तरुण विलायतेत जाऊन ज्ञान संपादन करून आले. त्या तंत्रज्ञानाच्या आधारे त्यांनी जपानमध्ये फार चांगला बदल घडवून आणला. आपणही तसे काही करावे असे श्रीधर याला वाटले. पण कसे?

कोल्हापूरहून श्रीधर भंडारा येथे आले. तेथील इंग्रजी शाळेत त्याचा एक मित्र शिक्षक होता. मित्राला योजना सांगितली, त्यालाही ती आवडली मात्र पैसा कसा, कुठून उभा करावा हा प्रश्न न सुटल्याने ते निराश झाले अखेर दोघेही कोल्हापूरला जाण्याचे ठरवून प्रवासाला निघाले.

प्रवासात महाराजांची कीर्ती या दोघांनी ऐकली म्हणून शेगांवला उतरून ते महाराजांच्या दर्शनासाठी गेले.

महाराजांनी श्रीधर काळेच्या मनातील हेतू ओळखला. ते म्हणाले, "अरे अनेक जन्म पुण्य केले म्हणजे या देशात जन्म मिळतो. ही पुण्यभूमी आहे. ही भूमी सोडून परदेशात जाण्याचा विचार सोडून दे. तुझा अभ्युदय इथेच होईल." श्रीधर कोल्हापूरला गेले. इथेच पुढचे शिक्षण पूर्ण केले आणि एका चांगल्या कॉलेजचे ते प्राचार्य झाले.

६४

॥ गुरुमंत्र ॥

मुंडगावात एक भागाबाई ठाकरीण होती. स्वभाव चंचल. हे करू का ते करू. काहीही केले तरी पुन्हा पश्चात्ताप असा स्वभाव. एके दिवशी पुंडलिक भोकरे याला ती म्हणाली, ''तुझे जीवन व्यर्थ आहे तू अजून गुरू केला नाहीस.'' पुंडलिक जेव्हा उत्तरला, ''श्री गजानन महाराज हे माझे गुरू आहेत'' त्यावर भागाबाई म्हणाली, ''त्यांनी तुला विधिपूर्वक कानमंत्र दिला नाही म्हणजे ते तुझे गुरू कसे होतील. त्याऐवजी आपण अंजनगावला जाऊन तेथे कोकाजींचे शिष्य आहेत त्यांचा गुरुमंत्र घेऊ'' भागीचे म्हणणे थोडे पटण्यासारखे होते. पुंडलिकाने अंजनगावाला येण्यासाठी संमती दिली. दुसरे दिवशी सकाळी जाण्याचे ठरले.

रात्रौ पुंडलिकाला स्वप्न पडले. महाराज त्याच्यासमोर येऊन उभे राहिले अंजनगावाला जाशील तर पस्तावा होईल तरीही जायचे आहे काय? अशी त्यांनी विचारणा केली. पुंडलिक बुचकळ्यात पडला. अजूनही त्याला कानमंत्राची गोष्ट आठवत होती. महाराजांनी त्याला कान इकडे कर म्हणून कानात 'गणगण' असा मंत्र सांगितला. आणखी काय इच्छा म्हणून विचारणा केली. त्यावर पुंडलिक म्हणाला, ''पायातील पादुका पूजेसाठी द्या.'' महाराज 'हो' म्हणाले, व उद्या दुपारपर्यंत पादुका देतो, पूजन कर, असे सांगून अंतर्धान पावले. पुंडलिकाला जाग आली. स्वप्नाचा अर्थ तो लावू लागला.

सकाळ झाली. भागी आली. पुंडलिकाचे मतपरिवर्तन झाले होते. त्याने अंजनगावास न येण्याचा विचार सांगितला भागी एकटीच पुढे गेली. दुपारी श्यामसिंग महाराजांच्या पादुका शेगाववरून घेऊन आला. पुंडलिकाला त्याने त्या दिल्या. स्वप्न खरे झाले.

६५

।। भावाचा भुकेला ।।

देव असो, संत असोत. ते भक्तांचा भाव पाहतात. असाच एक प्रसंग शेगावातील गावकऱ्यांनी अनुभवला. आज मंदिरात अनेकांनी नैवेद्याची पक्वान्नाची ताटे भरून आणली. महाराज एकाही ताटाला हात लावीत नव्हते. भक्तगण येत. नैवेद्य बाळाभाऊच्या हाती देत. बाळाभाऊ महाराजासमोर नैवेद्य नेऊन ठेवीत असे. महाराजांनी कुणाचा एकाचा तरी नैवेद्य ग्रहण करावा म्हणजे सर्वांना जेवण करता येईल अशी बाळाभाऊनी विनंती केली. तथापि, महाराज आज कुणाचीतरी वाट पाहत होते. १ वाजला, दोन मग तीन वाजून गेले. लोक ताटकळत बसले. महाराजांनीही काही काही खाल्ले नाही. कोण येणार होते आज?

इकडे सकाळपासून भाऊ कवर अस्वस्थ होता. गरम पिठले, मिरच्या, भाकर महाराजांना खाऊ घालाव्यात अशी त्याची इच्छा. आई नाही मग कोण बनवून देणार हे सगळे. बिचारा सचिंत बसला होता. त्याच्या वहिनीने भाऊ कवराची अस्वस्थता ओळखली कारण विचारले. भाऊंनी खरे कारण सांगितले. वहिनी म्हणाली एवढेच ना? मी करते सर्व, तुम्ही काळजी करू नका. वहिनीने सर्व भोजन बनविले. तीन भाकरी लोणी लावून, पिठले कांदा मिरची अशी शिदोरी तिने बांधून दिली. घाईघाईत १२ ची गाडी पकडून त्याला शेगांवी यायचे होते. पण १२ ची गाडी चुकली.

भाऊ कवर स्टेशनवर चिंतेत बसून राहिला. महाराजांची भोजनाची वेळ झाली. टळून गेली. आता महाराज जेवण करतील आणि आपली मेहनत वाया जाईल असे त्यास वाटू लागलं. अखेर तीनची गाडी आली. चार वाजता तो महाराजांपाशी पोचला. महाराज अजून उपाशी आहेत हे पाहून त्याला आश्चर्य वाटले. महाराज भाऊच्या भाकर पिठल्यासाठी ४ वाजेपर्यंत थांबले हे भक्तांनी पाहिले. सर्वांना आश्चर्य वाटले. आज महाराजांचे चित्त कवराच्या पिठलं-भाकरीवर गुंतले म्हणून सर्व पक्वान्ने रुचली नाहीत.

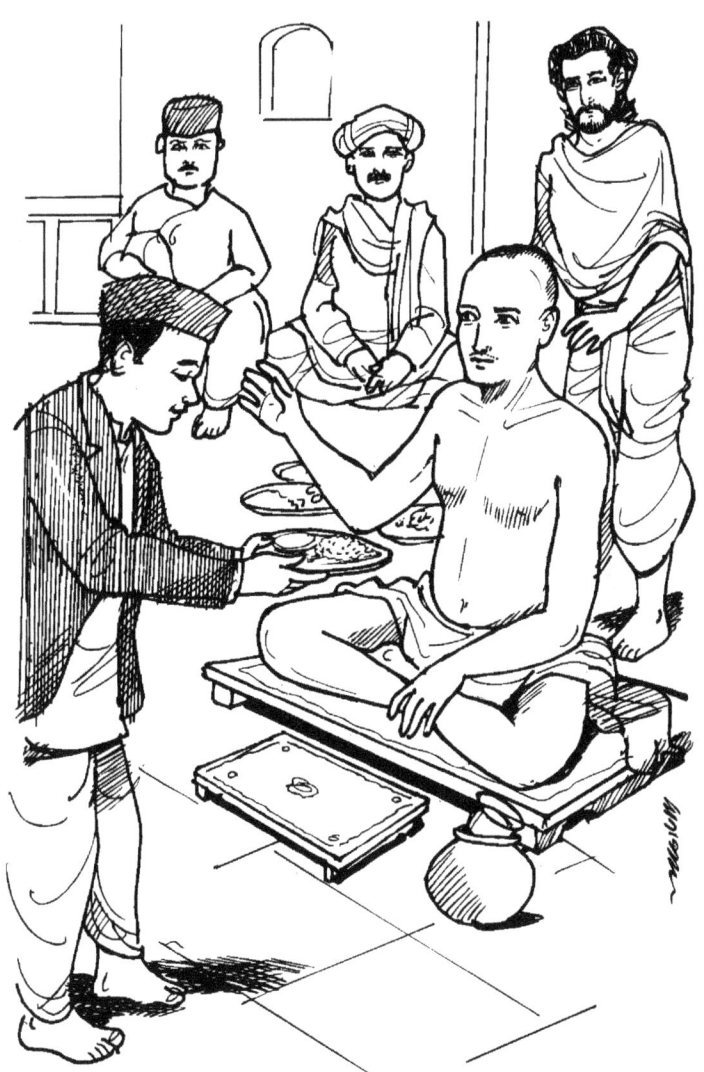

श्रीगजानन महाराजांना कवरपुत्र त्र्यंबक कांदा-भाकरींचें जेवण देत आहे.

संत भावाचे भुकेले असतात याचा प्रत्यय आज सर्वांनी घेतला. सर्वांना आश्चर्य वाटले. कवर फक्त प्रेमापोटी, भावभक्तीने महाराजांना भेटायला आला होता पण त्याच्या निर्हेतुक भक्तीवर प्रसन्न होऊन त्याला आशीर्वाद दिला, ''जा आता अकोल्यासी। पास होईल पुढचे वर्षी। तू डॉक्टरी परीक्षेत।।''

६६

।। सेवेचे फलित ! ।।

थंडीचे दिवस तुकाराम शेगोकार आपल्या शेतात शेकोटी पेटवून शेकत बसला होता. सकाळची वेळ होती. एक शिकारी बन्दूक घेऊन त्या बाजूने एका सशाला मारण्यासाठी आला. तुकारामाच्या पलीकडे ससा लपला होता. शिकाऱ्याने दोन तीन फैरी झाडल्या. ससा मेला. मात्र एक छरा तुकारामाच्या कानाशेजारी लागला.

तुकारामाला दवाखान्यात नेले. डॉक्टरांनी छरा शोधण्याचा प्रयास केला. तो काढण्याचा प्रयत्न केला. सर्व उपाय करून झाले मात्र छरा कानातून बाहेर येईना. त्यामुळे तुकारामाला तीव्र वेदना होत. डोके दुखे. काय करावे, उपाय संपले.

तुकाराम महाराजांचा भक्त होता. तो नेहमी मठात येत असे. महाराजांची चिलीम भरून देत असे. पुन्हा आपल्या कामावर जात असे. अत्यंत चांगला माणूस पण या छऱ्यामुळे खूप दुःखी होता.

एक दिवस महाराजांचा दुसरा एक भक्त त्याला म्हणाला, की तू तर उपाय करून थकला आहेस मात्र छरा बाहेर पडत नाही. आता हे सर्व विसर आणि महाराजांची सेवा कर. तुकारामाला हा सल्ला पटला. तो रोज मठात येई. सर्व मठाचा परिसर झाडून स्वच्छ करून ठेवी. मनापासून त्याने हे स्वच्छतेचे काम सुरू ठेवले. अशी काही वर्षे गेली. सेवेचे फळ मिळालं एका सकाळी तुकारामाच्या कानातून छरा गळून पडला. तुकाराम व्याधिमुक्त झाला.

६७

|| इच्छा डावलली ||

महाराज एकदा अकोल्याला आले होते. ही गोष्ट जरा जुनीच. त्या वेळी भास्कर पाटील महाराजांच्या सेवेत होते. विष्णूसा नावाचे एक भक्त मलकापूरला असे. त्यांची इच्छा होती की, महाराजांनी एकदा मलकापूरला यावे आणि येथील भक्तांचे मनोरथ पूर्ण करावेत. त्यासाठी विष्णूसाने भास्कर पाटलांचा वशिला लावला होता.

भास्कर पाटील महाराजांना म्हणाले, आपणाला मलकापूरला घेऊन येण्याचे वचन मी विष्णूसाला दिले आहे. आपण मलाकापूरला चलावे महाराजांनी आपली इच्छा नाही असे स्पष्ट सांगितले. तथापि भास्कर पाटील आपला हेका सोडेनात त्यांनी महाराजांची इच्छा डावलली आणि मलकापूरला जाण्याचा घाट घातला.

महाराज भक्तमंडळींसह अकोला रेल्वेस्टेशनवर आले. स्टेशन मास्तरला सांगून १२ जणांसाठी एक डबा रिकामा करून घेतला. महाराज गाडी सुटेपर्यंत बाहेरच थांबले. घंटा झाली. रिकामा डबा सोडून महाराज महिलांच्या डब्यात शिरले. महिलांनी एकच गिल्ला केला. पोलिसाला बोलावून आणले.

पोलिसाने महाराजांचा हात धरून त्यांना खाली ओढण्याचा असफल प्रयत्न केला. शेवटी त्याने स्टेशनमास्तरला बोलावून आणले. स्टेशन मास्तरने त्या पोलिसाला सांगितले. महाराजांना महिलांच्या डब्यातून जाऊ दे, पोलिस म्हणाला आता माझ्या हातात काही नाही कारण मी वरिष्ठांना तार केली आहे.

स्टेशनमास्तरांनी अत्यंत आदराने महाराजांना खाली उतरवून घेतले. महाराजांची इच्छा डावलून मलकापूरला नेण्याचा भास्कर पाटलाचा प्रयत्न सपशेल फसला.

६८

|| पोलिस कार्यवाही ||

पोलिस अधिकाऱ्याने एक नागवा माणूस महिलांच्या डब्यात शिरल्याची तार वरिष्ठाकडे पाठविली होती. त्याचा परिणाम असा झाला की, महाराजांच्यावर खटला भरला गेला.

आज खटल्याच्या सुनावणीसाठी जठार न्यायाधीश शेगांवी आहे. व्यंकटराव देसाई त्याच वेळी अकोल्यावरून शेगांवी आले होते. तथापि, त्यांना या खटल्याची कल्पना नव्हती.

जठार न्यायाधीशाने महाराजांना बोलाविण्यासाठी एक पोलिस पाठविला. तो जरा उर्मट होता. महाराजांना बऱ्या बोलावे चालावे अन्यथा हात धरून घेऊन जाऊ अशी कडक भाषा वापरली. महाराजांनी त्याला हात धरण्यास सांगितले आणि योगबलाने त्याला जागीच बसविले.

पोलिस परत येत नाही, म्हणून जठारांनी व्यंकटराव देसायांना पाठवून महाराजांना बोलावून घेतले. महाराज आले. जठारांनी महाराजांना नागवेपण कायद्याने गुन्हा ठरतो म्हणून ते सोडून देण्याची विनंती केली. महाराजांनी त्याच्या म्हणण्याकडे दुर्लक्ष केले.

शेवटी जठार न्यायाधीशांनी निवाडा केला, "अग्नी कुंडात ठेवणे हे अग्नी बाळगणाऱ्याचे कर्तव्य असते. अग्नी मोकळा ठेवला आणि त्यामुळे घर जळाले तर अग्नीचा दोष नव्हे तर जो अग्नी मोकळा ठेवतो त्यास जबाबदार. भास्कर पाटलाने महाराजांना वस्त्र नेसवून रेल्वेत बसविणे आवश्यक होते ते त्याने न केल्याने तो दोषी." सबब भास्कर पाटलाला रु ५ चा दंड करून जठार न्यायाधीशांनी निकाल दिला.

६१

|| महताबशा ||

मूर्तिजापूरजवळ एक कुरुम नावाचे छोटे गाव आहे. तिथे एक मुसलमान साधू होते. त्यांचे नाव महताबशा. त्यांना महाराजांना भेटण्याची इच्छा झाली. एकदा महाराज अकोल्याला बापूरावाकडे आले त्याच वेळी महताबशाही तिथेच आले. महताबशासोबत काही यवनभक्त होते.

दुसरे दिवशी ज्या खोलीत महताबशा होते तिथे महाराज आले. महताबशाचे केस धरून महाराजांनी ताडन केले. महताबशाचे भक्त भांबावून गेले. तरी त्यांनी संयम पाळला. महताबशाच्या आज्ञेने बरेच यवनभक्त परत फिरले.

दुसरे दिवशी महाराजांना भोजनाचे आमंत्रण बच्चुलालाने दिले. वाजत गाजत महाराजांना घरी नेले मात्र महाराज टांग्यातून खाली उतरले नाहीत. टांगा परत बापूरावांकडे आला. खूप विचार केल्यावर एकाच्या लक्षात आले की महाराज परत का गेले? कारण महताबशाला आमंत्रण दिले नव्हते.

पुन्हा सर्व मंडळी महताबशा व महाराजांना एकाच टांग्यात बसवून जेवणासाठी घेऊन आली. सर्वांची जेवणे छान झाली. महताबशा आपल्या शिष्यांना म्हणाला कुरुमची मशीद महाराजांच्या आशीर्वादाने पुरी होईल. मला आता पंजाबचे तिकीट काढून द्या. यापुढे माझे कार्य पंजाबमध्ये. महाराजांची तशी आज्ञा आहे. पुन्हा महताबशा महाराष्ट्रात आले नाहीत.

७०

|| भानामती निमाली ||

अकोल्यात बापुराव नामे एक सज्जन गृहस्थ होते. महताबशा त्यांचे घरी वारंवार येत असत. महाराजांनी महताबशाचे केस धरून ताडन केले ते यांचेच घरी. महताबशा पंजाबला गेल्यावर महाराज बापूरावांकडे आले.

या बापूरावांच्या पत्नीस भानामतीची बाधा होती. अनेक उपाय झाले, मात्र गुण येत नव्हता. कधी बिब्याच्या फुल्या पाठीवर उमटाव्या, कधी दांडीवरचे पातळ अचानक जळून जात असे. त्यामुळे बापूरावांची पत्नी खंगून गेली होती. घराचे सुख संपले होते.

बापूरावांनी महाराजांना विनंती केली; की माझ्या पत्नीची भानामती घालवून द्यावी. महाराजांनी एकवेळ त्या मातेस समोर बसवून घेतले. तिच्याकडे बघितले. तिला त्रासातून मुक्तता होण्याचा आशीर्वाद दिला.

थोड्यात दिवसांत बापूरावाची पत्नी बरी झाली. तिची भानामतीची बाधा संपूर्णतः निमाली.

ज्या वास्तूत संतांचा वास, तिथे भानामती राहू शकणार नाही हा बापूरावांचा विश्वास सार्थ ठरला.

७१

॥ तीर्थस्नान ॥

अकोटाजवळच्या निबिड अरण्यात नरसिंगजी वास्तव्य करून असत. असेच एकदा फिरत फिरत महाराज नरसिंगजीस भेटण्यास गेले.

नरसिंगाच्या मठाशेजारी एक विहीर होती. त्या विहिरीच्या काठावर महाराज बसले आणि आत डोकावून पाहू लागले. नरसिंगमहाराज यांनी महाराजांना विचारले. अहो आपण विहिरीवर बसून आत डोकावून काय करता आहात? महाराज म्हणाले या विहिरीत गंगा-यमुना-गोदावरी आहेत. अजून कोणती तीर्थे आहेत ते मी पाहत आहे.

विहिरीत गंगा-यमुना-गोदा हे उत्तर ऐकून काही कुश्चित लोक टीका करू लागले. महाराजांना काही लोक वेडे म्हणतात ते खरेच असावे असे त्यांना वाटले. आता पुढे काय होते ते आपण पाहू असे लोक म्हणू लागले.

महाराजांनी आत डोकावून सर्व तीर्थांना विनंती केली की, त्यांनी वरती येऊन महाराजांना स्नान घालावे. आता वेडेपणाची खात्री झाली असे लोक बोलतात न बोलतात - तर विहिरीमधून उकळ्या फुटून हजार कारंजी उडावीत अशी कारंजी उडू लागली आणि त्या योगे महाराजांचे तीर्थस्नान झालेही.

आता तोंडात बोटे गेली ती त्या कुत्सित लोकांची. श्रद्धावानांनी त्वरित येऊन तीर्थस्नानाचा आनंद घेतला.

७२

|| बायजा परत आली ||

मुंडगावी महाराजांचे अनेक भक्त होते झ्यामसिंग, पुंडलिक त्याशिवाय शिवराम. या शिवरामाची पत्नी भुलाबाई. तीही महाराजांची भक्त, शिवराम-भुलाबाई यांना बायजा नामक एक कन्या होती. लहानपणी या बायजाचा विवाह झाला होता.

बायजा मोठी झाली. शिवराम-भुला आपल्या बायजाला घेऊन जावयाच्या घरी गेली. दुर्दैवाने जावई षंढ निघाला. तथापि औषध-पाण्याने तो दुरुस्त होईल या आशेवर बायजाला सासरला सोडून शिवराम - भुला मुंडगावी परत आले.

इकडे बायजाचा मोठा दीर, बायजाच्या मागे लागला. तिला त्रास देऊ लागला. बायजा परमेश्वराचा धावा करी. मोठ्या दिराला ती समजावून सांगे की तो पित्यासमान आहे. मात्र तो ऐकण्याच्या मनस्थितीत नव्हता.

एका रात्री तो वाईट हेतूने बायजाकडे आला. अगदी त्याच वेळेस त्याचा मुलगा माडीवरून पडला. बायजाने पुन्हा समजावून सांगितले की परस्त्रीची अभिलाषा बरी नव्हे. आता दीर भानावर आला पुढे बायजाला त्रास देणे त्याने बंद केले.

बायजाचा नवरा बरा होणार नाही हे स्पष्ट झाल्याने, शिवराम-भुलाबाईने आपल्या मुलीला घरी आणले.

७३

|| बहीण-भाऊ ||

शिवराम आणि भुला - बायजाच्या आपल्या मुलीच्या संसाराचे गाडे पुढे जात नाही. आता काय करावे. दुसरे लग्न करावे किंवा कसे असा विचार करता करता असे ठरले की, महाराजांच्या पायावर बायजाला घालावे, त्यांचे आशीर्वाद घेतले म्हणजे सगळे सुरळीत होईल.

शिवराम-भुला, बायजाला घेऊन शेगावी आले. महाराजांना सगळं सांगितलं आणि तिचा संसार सुखाचा व्हावा, तिला संतती व्हावी अशी विनंती केली. महाराजांनी एकदा बायजाकडे बघितले आणि भाकीत केले की, ''ही संसार करण्यासाठी इथे आलेली नाही. हिला सर्व पुरुष पित्याप्रमाणे आहेत. हिच्या पोटी पुत्र नाही.'' आईवडिलांना वाईट वाटले, मात्र बायजा तेव्हापासून महाराजांची भक्त बनली.

मुंडगावांतून ती नेहमी शेगावी येत असे. तसेच पुंडलिक भोकरे हादेखील येत असे. पुढे-पुढे दोघे एकत्र महाराजांच्या दर्शनाला ये जा करीत. प्रथम प्रथम कुणी आक्षेप घेतला नाही. मग मात्र लोक त्यांच्याविषयी शंका घेऊ लागले. भुलाबाईला आता या दोघांचे एकत्र जाणे येणे खटकू लागले.

शेवटी सर्वजण महाराजांकडे आले. महाराजांनी पुंडलिकाला सांगितले की बायजा मागच्या जन्मीची त्याची बहीण आहे. दोघे बहीण-भाऊ आहेत. दोघांची मने शुद्ध असल्याचा निर्वाळा महाराजांनी दिला.

शिवराम-भुलाबाईला प्रथम वाईट वाटले. मात्र ज्याप्रमाणे पंढरपुरात जनाबाई तशी बायजा केवळ भक्ती करण्यासाठी जगी आल्याचे त्यांना कळले.

७४

|| तीर्थ / अंगारा प्रभाव ||

भाऊ कवर प्रथमपासून महाराजांचा भक्त होता. तो शिकत असल्यापासून महाराजांची भक्ती करत असे. एकदा त्याच्या भाकरी-पिठल्यासाठी महाराज उपोषित बसले होते. शेवटी ४ वाजता भाऊंनी शिदोरी आणल्यावर महाराजांचे जेवण झाले. असा भाव- अशी भक्ती.

या भाऊस खामगावला नोकरी असताना एकदा एक फोड झाला. बरेच उपचार झाले. शस्त्रक्रिया झाली मात्र फोड दुरुस्त होईना. भाऊ व त्यांचे थोरले बंधू चिंतेत पडले.

कोणत्याही उपायाने व्याधी दुरुस्त होत नसल्याचे पाहून भाऊंनी शेवटी महाराजांना साकडे घातले. या दुखण्यातून तुम्ही सोडवा म्हणून भाऊंनी करुणा भाकली.

एका रात्री, मध्यरात्रीच्या सुमारास एक बैलगाडी आल्याचा आवाज आला. बैलगाडी दाराशी थांबली. थोरल्या बंधूंनी दार उघडलं. गाडीतून एक ब्राह्मण उतरला. तीर्थ आणि अंगारा भाऊच्या हाती ठेवून, घाईघाईने तो निघून गेला.

अंगारा फोडास लावला. तीर्थ भाऊ प्याले. थोड्याच वेळात फोड फुटला. पू भराभर निघून गेला. भाऊस आराम वाटू लागला.

थोड्याच दिवसांत भाऊ पूर्णपणे बरा झाला. महाराजांच्या दर्शनास शेगावी गेला. त्यावेळी महाराज म्हणाले, ''माझ्या बैलाना तू चाराही दिला नाहीस!'' भाऊंनी ओळखले. त्या दिवशीचा ब्राह्मण म्हणजे प्रत्यक्ष गजाननमहाराज.

७५

।। विठ्ठल दर्शन ।।

आषाढ शुद्ध एकादशीला पंढरपुरात जाऊन पांडुरंगाचे दर्शन घ्यायला वारकरी दरवर्षी गर्दी करतात. यावर्षी शेगावातून पन्नास एक मंडळी आषाढी वारीला निघाली महाराजही बरोबर होते.

नागझरीमार्गे महाराज पंढरपुरास पोचले त्या दिवशी आषाढ नवमी होती. पंढरपुरात गर्दी फार झाली होती. सर्व संतांच्या पालख्या पंढरपुरात येत होत्याच गुलाल उधळला जात होता. रामकृष्णहरिनामाचा सारखा जयघोष सुरू होता.

एकादशीला अति गर्दी झाली. चंद्रभागेवरती स्नानासाठी मंडळी गेली. मात्र बापुना काळेंना जास्त वेळ झाला. बाकी मंडळी दर्शनाला पुढे गेली. बापूना स्नान झाल्यावर घाईघाईने मंदिराकडे गेले, तथापि, गर्दीचा जोर अधिक वाढला. बापुना आत जाऊच शकला नाही.

अन्य मंडळी दर्शन घेऊन आली. बापुना अत्यंत खिन्न मनाने, वाड्यावर परत आला. बाकी लोक बापुनाची टर उडवू लागले. सर्वांनी बापुनाला लक्ष केले. तो एकटा सर्वांच्या टीकेला उत्तर देऊ शकत नव्हता. विठ्ठलदर्शन न झाल्याचे दुःख त्याला जिव्हारी लागले होते. पण त्याला तो काय करणार?

अखेर महाराजांना त्याची दया आली. बापुनाचा सच्चा भाव महाराजांनी ओळखला. तो एकटाच पाहून, महाराजांनी विठ्ठलरूपात दर्शन दिले. धन्य तो बापूना- धन्य त्याची भक्ती.

अन्य भक्तांना विठ्ठलदर्शनाची गोष्ट कळली. महाराजांनी त्यांना विठ्ठलदर्शन पुन्हा घडवावे म्हणून विनंती केली. महाराज म्हणाले. बापूनासारखे मन करा- दर्शन होईल.

७६

|| गंडांतर टळले ||

या वर्षी महाराज पंढरपुरात आले आणि एकादशी पार पडली. द्वादशीस कॉलरा या रोगाचा पंढरपुरात एकदम प्रादुर्भाव झाला. प्रेतामागून प्रेते स्मशानाकडे जात होती.

कुकाजीच्या वाड्यात महाराज, ५० मंडळी वाडा सोडण्याच्या तयारीत होती. कवठे बहाद्दूरचा एक गावकरी वाड्यात होता मात्र त्यास कॉलरा झाला. तो उठून बसूही शकत नव्हता. बाकी मंडळी त्याला सोडून जाऊ लागली.

महाराजांनी त्या वारकऱ्याच्या डोक्यावर हात ठेवला. चल उठ बाबा म्हणून त्याला उठावयास मदत केली. खरे तर जगण्याची आशा नसणाऱ्या त्या वारकऱ्याला महाराजांच्या शब्दांनी धीर आला. तो हळूहळू उठून बसला. थोड्या अवधीत ढाळउलटी बंद झाली. शक्ती वाटू लागली. महाराजांना धरून तो कुर्डुवाडी रस्त्याला लागला. त्याचे गंडांतर टळले. तो सुखरूप घरी परतला. मग भक्तांनी महाराजांचा जयजयकार केला.

॰३

७८

|| गर्वहरण ||

एका दूर देशीच्या कर्मठ ब्राह्मणाच्या कानावर महाराजांची कीर्ती गेली. त्याला महाराजांचे दर्शन घ्यावे असे वाटल्याने तो शेगावी आला. मात्र एकूण चित्र पाहता त्याचे मन खट्टू झाले. आपण उगाच इतक्या लांब आलो असे त्याला वाटू लागले.

त्याला स्नान-संध्येसाठी पाणी आणावयाचे होते. मात्र रस्त्यावर एक काळे कुत्रे मरून पडले होते. ते कुत्रे कुणी उचलत नव्हते, त्यामुळे त्याला सोवळ्यात पाणी आणता येत नव्हते. त्यामुळे तो स्वत:वर चरफडत होता.

त्याचा संशय फेडणे आवश्यक असल्याने, महाराज आपले आसन सोडून पुढे आले. कुत्रे मरून पडले कुणी उचलत नाही, म्हणून त्याने महाराजांकडे नाखुषी नोंदविली. महाराज म्हणाले कुत्रे मेले नाही, तुम्ही स्वस्थपणे सोवळ्यात पाणी घेऊन या. त्यावर तो खवळला मात्र महाराजांचे मागे पाणी आणण्यास तयार झाला. महाराजांचा स्पर्श या कुत्र्याला होताच ते कुत्रे उठून बसले. मग वीज चमकावी तसा प्रकाश त्या कर्मठ ब्राह्मणाच्या डोक्यात पडला. तो महाराजांना शरण आला. क्षमा मागितली. आपले जन्माचे कल्याण करून घेतले.

७८

॥ जीवन्मुक्त ॥

जीवन्मुक्ताची लक्षणे पुस्तकात छान असतात मात्र तशी वागणारी व्यक्ती पाहावयास मिळणे दुर्मिळ.

खामगावाला एक खंडेराव गर्दे नामक एक गृहस्थ होते. त्यांचा अध्यात्माचा अभ्यास होता. जीवन्मुक्त व्यक्ती कशी असते, कशी वागते, कशी राहते या-बाबत त्यांनी काही लिखाण केले होते. त्यांचे चिरंजीव काशिनाथ यांनी ते वाचले होते. साहजिकच अशा व्यक्तीच्या शोधात ते होते.

महाराजांची कीर्ती काशीपर्यंत गेली होतीच. खामगाव तर अतिशय जवळचे गाव. हे खामगावरहिवासी काशिनाथ गर्दे एकदा - प्रथमच शेगावला आले. त्यांनी महाराजांचे दर्शन घेतले आणि त्यांना आनंद झाला. जीवन्मुक्तीची सर्व लक्षणे प्रत्यक्ष पहावयास मिळत होती. स्वत:ला ते धन्य समजू लागले.

अगदी अचानक महाराज म्हणाले, ''जा, तुझा हेतू साध्य झाला आहे. तारवाला शिपाई तुझी वाट पाहत आहे.'' आता काशिनाथ घोटाळ्यात पडला. मनाशी म्हणाला मी महाराजांकडे काहीच मागितले नाही तरी महाराज म्हणतात हेतू पुरला उघड बोलण्याची त्याची छाती होईना. तो दर्शन घेऊन परत खामगावी गेला.

घरी येताच तार मिळाली. महसूल खात्यात नोकरी लागल्याचे व मोर्शी येथे नियुक्ती झाल्याचे तारेत नमूद होते. काशिनाथाचा आनंद द्विगुणित झाला.

७९

॥ नागपूरचे बुटी ॥

नागपूरचे गोपाळ बुटी एक गर्भश्रीमंत व्यक्ती. अत्यंत आग्रहाने त्याने एकदा महाराजांना आपल्या घरी आणले. महाराजांची उत्तम बडदास्त ठेवली. आता महाराज कायमचे इथेच राहावेत असे त्याच्या मनी आले. तो महाराज अधिकाधिक खूश राहावेत यासाठी प्रयत्न करीत असत.

भजन-कीर्तन, ब्राह्मणभोजन हा नित्याचा क्रम असे. चांदीचे ताट, वाट्या, शिसमचा पाट, चौरंग आणि पक्वान्नांची रेलचेल असे. सेवेत कोणतीच उणीव राहू नये असा त्याचा कटाक्ष होता. तो शेगावच्या लोकांना मात्र आत येऊ देत नसे. शेगावचे लोक येत, सुरक्षारक्षक त्यांना आडवे - बिचारे परत जात.

इकडे शेगाव ओस पडले. लोक खिन्न झाले. महाराजांना परत शेगावी कसे आणावे हाच प्रश्न सर्वांना पडला. कुणीतरी मोठ्या व्यक्तीने हे मनावर घेतले तरच महाराज शेगावी परत येतील अन्यथा बुटीच्या घरातून महाराज बाहेर पडणार नाहीत हे आता स्पष्ट झाले होते.

८०

|| पुन्हा शेगाव ||

शेगावी अस्वस्थता वाढली. महाराजांना परत आणण्याची कामगिरी हरी पाटलावर सोपविली. हरी पाटील काही सहकाऱ्यांसह नागपूरला जायला निघाले.

महाराजांना ते कळले. बुटीला ते म्हणाले की तू पैशाच्या जोरावर मला इथे ठेवून घेतलेस आता हरी पाटील मला मनगटाच्या जोरावर इथून घेऊन जाईल. विरोध केला तर गोंधळ होईल.

सुरक्षारक्षकाच्या विरोधाला न जुमानता हरी पाटील बुटीच्या वाड्यात शिरला. त्याला पाहताच महाराज उठले आणि त्याच्या मागे जाण्यास तयार झाले.

आज जेवणाचा थाट फारच सुंदर होता. नागपूरकर मंडळी जेवण्याच्या तयारीत होती. आता महाराज न जेवता गेले तर लोक पात्रावरून उठतील आणि बुटीची नाचक्की होईल हे चित्र स्पष्ट झाले. म्हणून गोपाळ बुटीने महाराज आणि हरी पाटलाला जेवून जाण्याची विनंती केली. ती मान्य झाली. शेगावच्या भक्त मंडळीसह पंगती उठल्या. अवघा आनंदीआनंद झाला.

निघताना गोपाळ बुटीच्या पत्नीला म्हणजे जानकाबाईला शुभाशीर्वाद देऊन महाराजांनी बुटीचा वाडा सोडला.

पुढे रघुजीराजे भोसल्याचा पाहुणचार महाराजांनी घेतला. मग रामटेक इथे रामाच्या दर्शनाला गेले. शेवटी शेगावी परत आले.

८९

।। टेंबेस्वामी महाराज ।।

उत्तरेत काशीपर्यंत जशी महाराजांची कीर्ती पसरली होती, तशी ती दक्षिणेतही गेली होती. त्यामुळे महाराजांच्या दर्शनाला कुणी ना कुणीतरी सतत येत असत.

धार-कल्याण हे मोगलाईमधील एक महत्त्वाचे ठिकाण. इथले रंगनाथ साधू महाराजांच्या दर्शनाला येऊन गेले. त्या दोघांची आध्यात्मिक बोलणी झाली. अशी बोलणी सामान्य माणसाला कळत नाहीत, हे मात्र खरे.

आज मठात कोण येणार आहेत? महाराजांनी मठात स्वच्छता ठेवण्यास सांगितली आहे. चिंधी कुठे आढळता कामा नये. त्यांचा आदर करण्याच्या सूचना आहेत. कोण असावे बरे?

वासुदेवानंद सरस्वती - ज्यांना टेंबेस्वामी महाराज म्हणून ओळखतात ते येणार असल्याचे बाळाभाऊना महाराजांनी सांगितले. अतिशय शुचिर्भूत, ज्ञानसंपन्न कर्ममार्गी म्हणून त्यांचे वर्णन केले जायचे. कोणतीही तडजोड कर्ममार्गात मान्य नाही. तसे काही घडल्यास केलेले कर्म वाया जाते आणि म्हणून जराही इकडे-तिकडे स्वामींना खपत नसे. भक्तांनी काही चूक केली तर लगेच तो रागावत म्हणून जमदग्नीचा अवतार अशी स्वामींची संभावना होत असे.

महाराज टिचक्या मारीत पलंगावर बसले असता, स्वामी आले टिचकी थांबली. सांकेतिक बोलणी झाली. स्वामींनी जाण्याची परवानगी मागितली, बरे म्हणून महाराजांनी परवानगी दिली.

हे दृश्य पाहून बाळाभाऊंना आश्चर्य वाटले.

८२

|| कर्ममार्ग ||

बाळाभाऊंनी महाराजांना प्रश्न केला की, टेंबेस्वामी महाराज तुमचे बंधू कसे? त्यावर महाराजांनी उत्तर दिले. ज्ञानमार्गाच्या गावाला जाण्याचे तीन मार्ग आहेत. कर्ममार्ग, भक्तिमार्ग आणि योगमार्ग. ज्ञानाच्या गावी जाऊन पोचलेले साधक या तीन मार्गांतील भेद मानत नाहीत. दुर्दैवाने जे पोचत नाहीत, ते पंथाचा अभिमान तेवढा बाळगतात. त्यामुळे वाद-भांडणे होतात. टेंबेस्वामीमहाराज कर्ममार्गाने ज्ञानाच्या गावी पोचले, गजाननमहाराज भक्तिमार्गाने तिथेच पोचले म्हणून ते एकमेकांचे बंधू.

बाळाभाऊंना महाराजांनी कर्ममार्ग सांगितला तो असा - सोवळे आवळे, संध्यास्नान, व्रते, उपोषणे, अनुष्ठान याप्रमाणे जो अध्यात्माची वाटचाल करतो, त्याला कर्ममार्गी म्हणतात. मात्र कर्ममार्गात तडजोड, न्यूनता चालत नाही. तसे झाल्यास हाती काहीच येत नाही. स्वत:चे आचरण शुद्ध, दुसऱ्याला न दुखावणे ह्या अटी आहेतच.

कर्ममार्ग सर्वांना अनुसरिता येत नाही. त्याला शास्त्राचे ज्ञान - त्याचा बारीक-सारीक तपशील ज्ञात पाहिजे. उच्चार शुद्ध, स्वच्छ असल्याशिवाय मंत्राला सामर्थ्य प्राप्त होत नाही. छोट्या मोठ्या वस्तू शुद्ध स्वरूपात जमविणे हेही दुरापास्त - एकूण कर्ममार्ग आचरण करण्यास अतिशय अवघड.

या मार्गाचे जे अधिकारी झाले त्यापैकी काहींची नावे - वसिष्ठ, वामदेव, जमदग्नी, अत्री, पाराशर, शांडिल्य, श्रीपाद श्रीवल्लभस्वामी, नरसिंहसरस्वती आणि टेंबेस्वामी.

ॐ

८३

।। भक्तिमार्ग ।।

भक्तिमार्ग हा तसा सोपा, म्हणजे कुणालाही करता येतो. मात्र त्यासाठी मनाची शुद्धता वरच्या पातळीवर जायला हवी. मन कलुषित असलं / झालं की भक्तिमार्गात हाती काहीही येत नाही.

मुखामध्ये नाम, मनात दया, प्रेम-लीनता आवश्यक आहे. तसेच श्रवण करणे - पूजन करणे यावर नितांत श्रद्धा आवश्यक आहे. कर्ममार्गापेक्षा भक्तिमार्गाचा विधी सोपा आहे हे निश्चित. तथापि, सोपासोपा म्हणताना तो आचरणे किती अवघड असते ते अनुभवानेच कळते.

भक्तिमार्गाचे अधिकारी खूप आहेत पैकी काहीची नावे अशी - व्यास, नारद, प्रल्हाद, मारुती, शबरी, अक्रूर, सुदामा, उद्धव, अर्जुन, विदुर. आधुनिक नावांत नामदेव, ज्ञानेश्वर, सावतामाळी, सेनान्हावी, कान्होबा, चोखामेळा, दामाजीपंत, धोंडीबुवा, नाना सोनगीरकर, यशवंतराव, साईबाबा, गुलाबरावमहाराज, आडकुजी, झिंगाजी, ताजुद्दीन.

पंढरपूरचे वारकरी भक्तिमार्गाचे वाटसरू होत. तथापि, मनात प्रेम नसणाऱ्यांची वारी फुकट जाईल - भक्तिमार्ग हाती येणार नाही.

८४

॥ योगमार्ग ॥

ज्ञानाच्या गावाला जाण्याचा तिसरा मार्ग म्हणजे योगमार्ग होय. ह्या मार्गात बाहेरील वस्तू, साधने तशी लागत नाहीत. जे 'पिंडी ते ब्रह्मांडी' हा सिद्धान्त या मार्गाचा पाया आहे. आता पसाऱ्याचा - तपशिलाचा विचार करावयास झाल्यास ह्या मार्गाचा पसारा जास्त आहे.

आसने, रेचक, कुंभक, इडा, पिंगला, धौती, मुद्रा, त्राटक, कुंडली, सुषुम्ना यांचे सूक्ष्म ज्ञान या मार्गात आवश्यक आहे. कृती करताना चूक झाली की योगमार्ग तर हातचा जाईलच शिवाय मानवी जीवन बिघडेल. म्हणून हा मार्ग सर्वात अवघड. अधिकारी गुरू नसेल तर वाट बंद.

खाणे पिणे नियंत्रण, ब्रह्मचर्यव्रत. त्याशिवाय त्या मार्गाकडे कुणी वळूच नये.

या मार्गाने आद्य शंकराचार्य, मच्छिंद्र, गोरख, जालंदर, शेख महम्मद, आनंदी स्वामी, देवनाथ गेले.

सामान्य जनांना या मार्गाचे आकर्षण आहे. थोड्याशा ज्ञानावर भारी बडबड करणारी मंडळीही आहेत. तथापि हा मार्ग अतिशय अवघड. किती अवघड हे सांगतांना सामान्य माणसाला गोगलगाईची उपमा देऊन म्हटले आहे की, गोगलगाय हिमालयाला वेढा मारू शकेल काय? मात्र अधिकारी गुरू भेटल्यास हाही मार्ग ज्ञानाच्या गावाला घेऊन जातो.

८५

|| सेवामार्ग ||

काही लोकांना चांगले काम करण्याची इच्छा असते, मात्र नेमके काय करावे हे त्यांना कळत नाही. अशातच जीवन संपून जाते. सत्संग लाभला तर प्रश्नाचे उत्तर आणि कृतीचा मार्ग मोकळा होतो. साळूबाई अशीच एक भक्त. महाराजांनी तिला आदेश दिला, ''डाळ, पीठ घे. स्वयंपाक करीत जा. आले गेलेल्याला पोटभर जेवण घाल. त्यातच तिला परमेश्वरप्राप्ती होईल.'' साळूबाई त्याच मार्गाने गेली.

जलंब गावचा आत्माराम नावाचा एक तैलबुद्धीचा युवक होता. वेदाध्ययन करण्यासाठी तो काशीला गेला. अत्यंत प्रामाणिक विद्यार्थी, माधुकरी मागून त्याने अभ्यास पूर्ण केला. आल्याबरोबर तो शेगावी महाराजांकडे गेला. आपण काय शिकलो, तो ते महाराजांना म्हणून दाखवी. त्याच्या चुका महाराज दुरुस्त करून देत. महाराजांची महती त्याला माहिती असल्याने तो महाराजांपाशीच कायमचा राहिला.

न चुकता जलंब वरून तो शेगावी येत असे. मठात पूजाअर्चा करी. महाराज समाधिस्त झाल्यावरही त्याची सेवा चालूच राहिली, तीही कोणताही मोबदला न घेता.

अखेर आपले सर्वस्व - म्हणजे तन-मन-धन त्याने महाराजांप्रती अर्पण केले. त्याने आपले घर-शेती शेगाव संस्थानला देऊन जीवाचे कल्याण करून घेतले. सत्संगाचा हा सुपरिणाम.

॰३

८६

।। तिमाजी ।।

बाळापूर तालुक्यात मोरगांव भाकरे या नावाचे एक छोटे गाव आहे. या गावच्या मारुतीपंत पटवाऱ्याच्या शेतात एक तिमाजी नामक माळी पीकरक्षणासाठी ठेवला होता.

खळ्याचे दिवस होते. शेतात जोंधळ्याचे खळे सुरू होते. कामकरी काम करून घरी जात. तिमाजी रात्री खळ्यावर झोपे. खळ्याच्या रक्षणाची त्याची जबाबदारी असे. ती तो प्रामाणिकपणे करीत असे. महाराजांचा हा भक्त होता.

एका रात्री या तिमाजीस गाढ झोप लागली. रात्रीच्या वेळी कुंभाराची गाढवे खळ्याजवळून जात होती. खळे पाहून त्यांनी जोंधळा खाण्यास सुरुवात केली. हाकलणारा झोपी गेलेला त्यामुळे गाढवांची चंगळ चालली होती.

शेत मारुतीपंत पटवाऱ्याचे. तोही महाराजांचा भक्त. महाराजांना हा प्रकार कळला. आपल्या भक्तांचे रक्षण करण्यासाठी महाराजांनी तिमाजीस आवाज देऊन जागे केले. खळ्यावर गाढवे आली असल्याचे त्याला सांगितले. तिमाजी जागा झाला. गाढवे त्याने हाकलली मात्र तोवर खूपसा जोंधळा गाढवांनी खाल्ला. तिमाजीला अपराधीपणाची भावना वाटू लागली सकाळीच तो मारुतीपंताकडे गेला. नुकसानीचा अंदाज घेण्यासाठी खळ्यावर यावे म्हणून त्याने विनंती केली.

मारुतीपंत घाईत होते. प्रथम ते शेगावला आले, महाराजांनी झोपाळू नोकर ठेवता आणि मला कामाला लावता म्हणून मारुतीपंताची गम्मत केली. तिमाजीस नोकरीवरून काढतो असे मारुतीपंत म्हणताच महाराज म्हणाले, "छे! छे! वेड्या तिमाजीस। नको मुळीच काढूस। नोकरीवरून खास। तिमाजी नोकर इमानी। खळ्यांत गाढवे पाहूनी। दु:खी झाला असे मनी। रात्रीची हकीकत। तुला सांगावया प्रत। आला होता भीत भीत। सकाळी ना तुजकडे।"

८७

।। कृष्णकृत्य ।।

शके १८१६ मध्ये घडलेली ही घटना (म्हणजे इ. स. १८९४). महाराज बाळापूरला आले होते. सुखलाल बन्सीलाल या नावाचे एक भक्त होते. त्यांचे पडवीत हमरस्त्यावर महाराज बसले होते. अंगावर नेहमीप्रमाणे वस्त्र नव्हते. जाणारे येणारे महाराजांना आदरपूर्वक नमस्कार करीत होते.

एक हवालदार त्या रस्त्याने जात होता. त्याचे नाव नारायण आसराजी. महाराजांना या स्थितीत बसलेले पाहून त्याचे चित्त खवळले. अगोदर तो अद्वातद्वा बोलला. महाराजांनी काही प्रतिक्रिया दिली नाही म्हणून त्याने हातातल्या दंड्यानी महाराजांना मारायला सुरुवात केली. पाठीवर वळ उमटू लागले मात्र हवालदार मारायचे थांबेना.

हे दृश्य पाहून समोरच्या पेढीवरचे एक सज्जन मधे पडले. सत्पुरुषावर हात टाकणे चुकीचे आहे असे ते म्हणाले. त्यांचे नाव हुंडीवाला. त्यांनी हवालदाराला माफी मागण्याचा सल्ला दिला. तथापि ते आपल्या धुंदीत होते. माफी मागण्यास त्यांनी साफ नकार दिला. संताच्या अंगावर हात टाकणे हे कृष्णकृत्य आहे त्याचा वाईट परिणाम होणार अशीही त्याला जाणीव करून दिली. उपयोग झाला नाही.

परिणाम व्हायचा तो झाला. नारायण आसराजी हवालदार लगेचच वारला आणि अवघ्या १५ दिवसांत त्याचे नातेवाईक एका अग्निकांडात जळून मेले.

८८

|| संसारसुखाची याचना ||

नगर जिल्हातील संगमनेर म्हणजे प्रवरा नदीकाठचे सुंदर गाव. अनंतफंदी नामक एक मोठा कवी या गावचाच. तेथे एक दरिद्री ब्राह्मण होता. त्याचे नाव हरी जाखडे. गावोगाव फिरून आपले पोट कसेतरी भरत असे. आर्थिक स्थिती चांगली नसल्याने त्याला कोणी आपली मुलगी द्यायला तयार नव्हते.

भाग्यवशाने हा शेगावी आला. महाराजांची कीर्ती ऐकली दर्शनाला आला. एवढ्या मोठ्या सिद्ध पुरुषाच्या पायाशी येऊन मला विन्मुख जावे लागत आहे असा विचार त्याच्या मनात आला.

त्याने महाराजांचे दर्शन घेतले. संसारसुख मागितले. महाराज त्याच्या अंगावर थुंकले. म्हणाले, "अरे वेड्या, संतापाशी लोक ईश्वरप्राप्ती व्हावी म्हणून येतात, तू तर उलट संसारसुखाची याचना केलीस, म्हणून तुला धिक्कारावे लागले."

महाराजांना हे माहीत होते की हरी जाखडे हा त्यांचा भक्त आहे. प्रामाणिक आहे. मागू नये ते त्याने मागितले. मात्र महाराजांनी अंगावर थुंकून हे मागणे अयोग्य असल्याचे संकेत दिले. तथापि, भक्ताची इच्छा पूर्ण होईल असा आशीर्वाद दिला. जाताना लग्नासाठी थोडे धन दिले. संताचा शब्द खोटा होण्याचे कारण नाही. हरी जाखडे यांनी उत्तम संसारसुख उपभोगले.

ॐ

८९

|| योगाभ्यास ||

रामचंद्र निमोणकर म्हणून एक अभियंता होता. त्याचा थोडा योगाभ्यास होता. अधिक अभ्यास व्हावा. कुणी गुरू मिळावा अशी त्याची इच्छा होती. तो त्या शोधात असे. सोबत त्याचा एक वासुदेव बेंद्रे नामक साहाय्यक असे. असेच एकदा इगतपुरी तालुक्यात हे दोघे म्हणजे निमोणकर आणि वासुदेव बेंद्रे मुकना नाल्यावर आले. डोंगराच्या वरच्या भागात एक कपिलधारा म्हणून एक प्रवाह होता. इथे भाविक येत सिद्धसाधू येत. एका पर्वणीस त्या कपिलधारेत स्नानासाठी हे दोघे गेले. गुरूचा शोध चालू होताच.

कुणाही साधू - बैराग्यास योगाबाबत काही विचारल्यास माहीत नाही असेच ऐकावयास मिळे. असे होता होता आज कपिलधारेवर एक अधिकारी पुरुष पाहण्यात आला. मुद्रा शांत, उंच बांधा, हात गुडघ्यापर्यंत अशा योग्याला निमोणकरांनी नमस्कार केला. मात्र योगी काही बोलायला तयार नाही. सायंकाळ झाली. पोटी अन्न नाही. योगी कपिलधारेचे पाणी तुंब्यात घेऊन जाऊ लागताच, निमोणकर म्हणाले, "समर्था किती अंत पाहत आहात? काही योगक्रिया मला शिकवा." जाता जाता योगी म्हणाले, "हा मंत्र घे त्याचा जप कर. तुझे थोडे काम होईल." तसेच एक तांबडा खडाही निमोणकरांच्या हाती ठेवला.

पुढे तेच योगी नाशिकला भेटले. निमोणकर हरखून गेले. प्रयत्न केल्यानंतर कळले की ते गजाननमहाराज - शेगावनिवासी आहेत. महाराजांच्या कृपेने निमोणकरांनी थोडा अधिक योगाभ्यास केला.

१०

।। नवस पावला ।।

तुकाराम कोकाटे शेगावचा रहिवासी. त्याची संतती वाचत नव्हती. सर्वप्रकारचे उपाय झाले मात्र संतती वाचेना. जन्म झाल्यावर लवकरच मृत्यू ठरलेला.

कुणाच्यातरी सांगण्यावरून त्याने महाराजांना नवस केला की संतती दीर्घायुषी होऊ दे म्हणजे एक मुलगा तुम्हाला अर्पण करीन, संतती झाली. दुसरी तिसरी मुलं वाचली. कोकाटे आपला शब्द विसरला.

सर्वात थोरला मुलगा नारायण. तो एकदा अतिशय आजारी झाला. वैद्यांनी हात टेकले. दृष्टी विझू लागली, नाडीचे ठोके मंदावले. तुकारामाला आता नवसाची आठवण झाली. हा नारायण बरा झाल्यास मठात अर्पण करेन असा वचनबद्ध झाला. हळूहळू नारायणाची प्रकृती सुधारली. बरा झाल्यावर त्याला मठात आणून सोडले. नारायण मठात अनेक वर्षे होता. बाकी संतती सुखाने जगली.

रतनसा हा एक भक्त. त्याचा मुलगा दिनकर. त्याला सोबणीचा रोग झाला. सारे उपाय करून झाले. अखेर रतनसाने मुलाला महाराजांच्या समाधी मंदिराच्या दारात आणून ठेवले. महाराजांना त्याने निक्षून सांगितले. मुलगा वाचला तर पाच रुपयांची शिरणी वाटेन. मेला तर तुमची नाचक्की होईल, मी तुमच्या द्वारी डोके फोडेन.''

दिनकर बरा झाला. श्रद्धेने केलेला नवस फलद्रूप होणारच.

९१

॥ अनुज्ञा ॥

शके १८३२, म्हणजे इ.स.१९१०व्या आषाढी एकादशीस महाराज पंढरपूरला आले. सोबत हरी पाटील होतेच. पांडुरंगाचे दर्शन घेतले. पांडुरंगाप्रती विनंती करीते झाले. म्हणाले तुझ्या आज्ञेने या भूमीवर भ्रमण केले. भक्तांचे मनोरथ पूर्ण केले. आता माझे अवतारकार्य संपले असल्याने तुझ्या पायापाशी कायम स्वरूपी वास्तव्य करण्यासाठी येण्याची अनुज्ञा द्यावी.

येत्या भाद्रपदमासी ऋषिपंचमीस मी वैकुंठासाठी प्रयाण करू इच्छितो असे म्हणून महाराजांनी पांडुरंगाच्या चरणी डोके ठेवले. डोळ्यांत पाणी आले होते. कंठ सद्‌गदित झाला होता. यापुढे हरी व अन्य भक्तांना सहवास दुरावणार होता. हरी पाटलाला या कशाचा अर्थ कळत नव्हता. तो महाराजांना म्हणाला, “आपल्या डोळ्यांत पाणी कसे? आम्ही सेवेत कमी पडलो का आमच्या हातून काही चूक झाली?” महाराज म्हणाले, “आता तुला त्याचा अर्थ कळणार नाही. मात्र एवढेच लक्षात ठेव - माझा सहवास आता थोडा उरला आहे. तुम्ही सेवा उत्तम केली. तुमच्या पाटील वंशाला काही कमी पडणार नाही.”

हरी पाटलासमवेत महाराज शेगावी परत आले. परत येण्याची अनुज्ञा मिळाली होतीच. दिवस ठरला होताच. आषाढ संपला. श्रावण आला आणि गेला. भाद्रपदही उगवला.

१२
|| आम्ही जातो आमुच्या गावा ||

भाद्रपद शके १८३२ (म्हणजे इ. स. १९१०). महाराजांची प्रकृती ढासळली. भक्तगणांना महाराजांनी मठात बोलाविले. म्हणाले गणेश पुराणांत सांगितल्याप्रमाणे चतुर्थीला पार्थिव गणपती करावा. त्याची पूजा-अर्चा करावी. नैवेद्य समर्पण करावा. दुसरे दिवशी त्याचे विसर्जन करून तो बोळवावा. तुम्हा भक्तगणांना आता तेच करावयाचे आहे. दु:ख करू नका. मी गेलो असे समजू नका - मी इथेच आहे.

गुरुवार - ऋषिपंचमीचा दिवस. महाराजांनी प्राण रोधून शब्द केला, 'जय गजानन.' महाराज सच्चितानंदी लीन झाले. शेगाव - पंचक्रोशीत हां हां म्हणता बातमी पसरली. महाराज समाधिस्थ झाले म्हणून असंख्यांनी शोक केला, आक्रोश केला.

भक्तगण जमा झाले. आजूबाजूला निरोप पाठविले. भक्तगणांना शेवटचे दर्शन घ्यायला मिळावे म्हणून समाधी सोहळा उद्या करण्याचा निर्णय झाला. दर्शनासाठी दूरदूरचे लोक येऊ लागले.

एक मोठा रथ सजविण्यात आला. महाराजांना त्यात बसविण्यात आले. रस्ते सजविण्यात आले. फुलांनी, तुळशीहारांनी महाराज झाकून गेले. दिंड्या, टाळ, मृदंग अशी तयारी करून रात्रभर शेगांवातून मिरवणूक फिरून आली. सकाळी मठात सर्व जमले. समाधी स्थळावर महाराजांना शेवटचा अभिषेक करण्यात आला. उत्तरेकडे तोंड करून मूर्ती आसनावर ठेवून, मीठ-अर्गजा-अबिराने भरून, शिळा लावून दार बंद केले. नरदेहधारी नारायण दृष्टीआड झाले.

दहा दिवस अन्नदान झाले. प्रसाद घेऊन असंख्य भक्तगण धन्य झाले.

९३

|| समाधीनंतर ||

महाराज समाधिस्थ झाल्यावर आता शेगावात काय राहिले? असा प्रश्न काहींच्या मनात येत असे. मात्र काहींना महाराजांचे शब्द आठवत - मी गेलो नाही. इथेच मी आहे.

असाच एक भक्त त्याचे नाव गणपत कोठाडे. तो रोज समाधी दर्शनासाठी येत असे. समाधीजवळ बसून रोज उपासना करी. उद्याच्या विजयादशमीच्या उत्सवाला समाधीस अभिषेक करून ब्राह्मणभोजन घालण्याचा त्याचा बेत होता. त्यानुसार त्यांनी सर्व तयारी केली. खूप खर्च झाला. त्याची बायको त्यामुळे नाराज झाली. नवऱ्यावर रागावून म्हणाली, ''आपल्या पोटी चार मुले आहेत. त्यांच्यासाठी कपडे - खाण्यापिण्याचे आणण्याचे सोडून तुम्ही हा काय वायफळ खर्च करता आहात? मी लंकेची पार्वती माझ्या अंगावर एखादा दागिना आणण्याऐवजी अभिषेक, ब्राह्मणभोजन करता हे बरोबर नाही.'' तिचे बरोबर होते.

रात्रौ महाराजांनी तिची शंका फेडली. स्वप्नात येऊन महाराजांनी सांगितले. स्थावर, जंगम माणसाच्या सोबत येत नाहीत - सोबत येतं ते पाप पुण्य. अभिषेक ब्राह्मणभोजन हा परमार्थ आहे. भूमीत पेरलेल्या बी-सारखं - ते जीवाच्या उपयोगाचं आहे. कणसाच्या रूपाने पेरलेलं बी पुन्हा हाती येतं. बायकोचे समाधान झाले. दुसऱ्या दिवशी विजयादशमीचा कार्यक्रम उत्तम पार पडला.

महाराज तिथेच असून भक्तांना भक्तिमार्गाला लावण्याचे काम अजूनही सुरूच आहे.

ॐ

९४

|| भक्तपालक ||

महाराजांच्या समाधीला आज १०० वर्षे पूर्ण झाली आहेत पण अजूनही लोकांना त्याचं अस्तित्व अनुभवायला मिळत आहे.

अगदी सुरुवातीला आलेला एक अनुभव-लक्ष्मण हरी जांजळ हा घरून वैतागून मुंबईला गेला होता. काही काम त्याने काढले होते. बोरीबंदर स्टेशनवर त्याला एक परमहंस भेटले. उंच बांधा, हात गुडघ्यापर्यंत - तोंडाने ओंकाराचा जप चाललेला. ते लक्ष्मणाला म्हणाले, "अरे, तू गजाननाचा शिष्य ना? मग हताश का होतोस? "महाराजांच्या पहिल्या पुण्यतिथीची लक्ष्मणाच्या घरी घडलेली गोष्ट त्याने लक्ष्मणाला सांगितली, "४०० मंडळी जेवावयाला येणार होती. बापटाचा मुलगा गेला होता. त्या दुःखात ते होते तरी ते प्रसादासाठी आले, पेठकर ब्राह्मण जेवणाला थांबणार नव्हते ते कशामुळे थांबले? अरे मीच त्यांना थांबावयास सांगितले." ह्या सर्व घडलेल्या गोष्टी या परमहंसाला कशा माहित? ते नक्कीच गजाननमहाराज आहेत. भक्तांना ते योग्य वेळी हात देऊन योग्य मार्गावर आणून सोडतात. लक्ष्मण घरी परत आला. पुन्हा उत्साहाने कामाला लागला.

यादव गणेश सुभेदार हे कापसाचे व्यापारी होते. एका वर्षी त्यांना १० हजाराचा तोटा झाला. एवढ्या मोठ्या तोट्यामुळे ते सचिंत होते. वर्ध्यात ते व्यापारासाठी आले असता - महाराजांनी भिकाऱ्याच्या रूपात त्याला दर्शन दिले. त्याच्या अंगावर उठलेली व्याधी दूर केली. तोटा भरून निघून फायदा होईल असा आशीर्वाद दिला. सुभेदारांनी प्रत्यक्ष तसा अनुभव घेतला.

౪

श्रीगजानन महाराजांनी लक्ष्मण हरी जांजळ
याची बोरीबंदरवर परमहंसाच्या रूपात भेट घेतली.

॥ १०१ ॥

१५

|| आपदानिवारक ||

महाराज आता नाहीत. मग भक्तांचे संकट ते दूर करतात काय? कसे? माधव मार्तंड जोशी - जमीन मोजणी करणारे एक अधिकारी होते. एका गुरुवारी त्यांनी मोजणीचे काम केले. शेगाव जवळच आहे तर समाधी- दर्शन घेऊन प्रसाद घेऊ आणि मुक्काम करून उद्या इथेच कामावर हजर होऊ असा त्यांनी विचार केला. कुतुबुद्दीन नामक गाडीवान त्यांच्या सेवेत होता. त्यांनी त्यास गाडी जोडून शेगावी चलण्याचा हुकूम केला. आभाळ भरून आले होते, शेजारच्या मत नदीला अगोदरच पाणी आले होते म्हणून गाडीवानाने विरोध दर्शविला.

जोशींनी त्याच्या विरोधाकडे दुर्लक्ष करून गाडी जोडावयास सांगितले व ते निघाले. गाडी नदीत आली. त्याकाळी सर्वच नद्यांवर पूल नव्हते. अचानक पाण्याचा लोंढा आला. गाडीवान व जोशी दोघेही घाबरून गेले.

पर्याय एकच. गजाननबाबांचा धावा करणे. तसा तो केला. गाडी सुखरूप शेगावी पोचली.

असा दुसरा अनुभव भाऊ कवराला आला. तो खामगावच्या दवाखान्यात डॉक्टर होता. त्याची तेल्हाऱ्याला बदली झाली. खामगावावरून तो शेगावी दर्शनाला आला. बाळाभाऊ मठाधिपती यांचा थांबून प्रसाद घेण्याचा सल्ला डावलून ते तेल्हाऱ्याकडे निघाले. वाटेत रस्ता चुकले. एका तलावाजवळ गाडी येऊन थांबली. मध्यरात्री रस्ता कोण सांगणार? मात्र गजाननाची करुणा भाकली आणि डॉक्टर भाऊ कवर आपल्या मुलाबाळासह शेगावी पुन्हा सुखरूप आले. प्रसाद घेऊनच तेल्हाऱ्याला गेले.

१६

॥ व्याधिमुक्त ॥

रामचंद्र पाटलांना चंद्रभागा नावाची एक मुलगी होती. तिच्या पहिल्या बाळंतपणासाठी ती माहेरी आली. मोठ्या कष्टाने बाळंतपण पार पडले, मात्र तेव्हापासून तिची तब्येत खालावली. कोणी कोणते निदान करी - दुसरा त्याच्यापेक्षा वेगळे निदान करून औषधपाणी देई मात्र तिचा ज्वर संपूर्णतः बरा होत नव्हता. अकोल्याला डॉक्टरला दाखवून झालं. मात्र गुण आला नाही. रामचंद्र पाटील महाराजांचा भक्त. शेवटी महाराजांचा अंगारा आणि तीर्थ यांवर त्याने भिस्त ठेवली आणि काय आश्चर्य चंद्रभागा खडबडीत बरी झाली. स्वतःच्या पायाने ती शेगांवला आली. समाधीचे दर्शन घेतले.

रामचंद्र पाटील जमेदार. अशांना शत्रू फार. मुलीचा प्रश्न संपला न संपला तर पत्नी जानकाबाईचा सुरू झाला. वाताचा विकार वाढून - पुढे डोक्यावर परिणाम झाला. सर्व उपाय झाले अगदी करणी - चेटूक त्यावरचे उपाय केले. उपयोग झाला नाही.

शेवटी तो पत्नीला म्हणाला आता सर्व बंद. फक्त समाधीला रोज प्रदक्षिणा घालत जा. तिने भक्तिभावाने समाधीला रोज प्रदक्षिणा घातल्या आणि काय आश्चर्य ! जानकाबाई एकदम बऱ्या झाल्या.

१८

।। वारस ।।

भाद्रपद पंचमीला समाधी घेण्यापूर्वी महाराजांनी बाळाभाऊंना आपला उत्तराधिकारी म्हणून नेमले. आपल्या आसनावर त्यांना बसविले. बाळाभाऊंच्या काळात समाधी मंदिरात स्वाहाकार व अन्य अनुष्ठाने झाली. लोकांना महाराजांचा अनुभव येत होताच काहींना बाळाभाऊंचा अनुभव आलेला होता. थोडेफार चमत्कार त्यांच्या काळातही घडले. अर्थात त्यामागे प्रत्यक्ष गजाननमहाराज आहेतच.

वैशाख वद्य षष्ठीला बाळाभाऊ शेगावी वैकुंठवासी झाले. आता वारस कोण. तीही व्यवस्था महाराजांनी केली. नांदुऱ्याचे एक भक्त होते. नाव त्यांचे नारायण. त्याच्या स्वप्नात महाराज गेले आणि त्यांनी नारायण यांना शेगावच्या मठात राहून भाविक जनांचा सांभाळ करण्याचे आदेश दिले. नारायण शेगावी आले. बाळाभाऊनंतर ते वारस म्हणून काम पाहू लागले.

त्यांच्याही काळात शेगावी काही चमत्कार लोकांनी अनुभवले. चैत्र शुद्ध षष्ठीला शेगावी ते वैकुंठगमन करते झाले.

१८

।। अभिश्राप नको ।।

महाराज समाधिस्थ झाले. आता आपला कोण वाली? असा काहींचा समज होता. आता शेगावात काय राहिले? कशाकरिता शेगावी या. असा काहींचा प्रश्न असायचा. महाराजांनी जाताना सांगितले होते की मी कुठेही जात नाही. मी इथेच आहे. याचे प्रत्यंतर जसेजसे येऊ लागले तसेतसे शेगावच्या भक्तमंडळींच्या संख्येत वाढ होऊ लागली. आताची स्थितीतर महाराज तिथेच असल्याचा भक्कम पुरावा आहे.

समाधी मंदिराचे काम सुरू होते. शिखराच्या कामावर ३० फूट उंचीवर एक गवंडी व त्याच्या हाताखाली एक मजूर काम करीत होता. गवंड्याला धोंडा देताना मजुराचा तोल गेला. ३० फूट उंचीवरून खाली पडला. खाली घडीव दगड - बहुसंख्येने पडलेले होते. कुठल्यातरी मोठ्या दगडावर तो पडणार आणि मरणार अशीच पाहणाऱ्यांची अटकळ होती. घडले उलटेच. तो अगदी व्यवस्थित होता. लोक अवतीभवती जमले होतेच. दोघा तिघांनी एकदमच अधीरतेने विचारले, "अरे, तू वाचलास कसा? तुला काहीच कसे झाले नाही?"

मजूर उत्तरला, "माझा तोल गेला तेव्हा कुणी एकाने मला धरले. मी खाली पोहोचेपर्यंत तो आधार मी अनुभवला. एकदा पाय जमिनीवर टेकले आणि तो आधार नाहीसा झाला. अगदी फुलासारखा मी खाली आलो."

ऐकणारा म्हणाला - बेट्या तू भाग्यवान आहेस आधार देणारं दुसरं कुणी नव्हतंच. यानिमित्त महाराजांनी तुला स्पर्श केला. महाराज इथेच आहेत. ते असा कुणाचा अभिश्राप घेणार नाहीत.

११

|| पळे भूतबाधा ||

शेगावच्या परिसरात जयपूर या नावाचे एक छोटे गाव आहे. या गावी एक रजपूत कुटुंब होतं. बाई भाविक होत्या. दोन मुलं पदरी होती. मात्र बाईला भूतबाधा झाली होती. उपाय केले मात्र व्यर्थ. याही स्थितीत ती दत्तभक्ती करीत असे. दत्तात्रयांनी दृष्टान्त देऊन तिला सांगितले की, "तू रामनवमीच्या उत्सवाला शेगावी जा. श्री गजानन जरी समाधिस्थ झाले असले तरी ते तुला मुक्ती देतील."

बाई आपल्या दोन मुलांसह रामनवमीच्या उत्सवाला शेगावी आली. त्या सुमारास सभामंडपाचे काम चालू होते. उत्सवानिमित्त काम बंद ठेवले होते. अनेक मोठेमोठे दगडी खांब, नुसतेच उभे करून ठेवले होते. पक्के केले नव्हते.

रामनवमीच्या उत्सवाला जनसागर उसळला. उत्सव छान पार पडत होता. गर्दी टाळण्यासाठी या बाई जरा दूर - एका खांबाला टेकून उभ्या राहिल्या होत्या. त्यांच्या सोबत दोन मुलं होती. गर्दीत धक्का लागलाच आणि तो दगडी खांब पडला तो बाईच्या अंगावर.

आजूबाजूचे लोक मदतीसाठी धावले. सर्वांना ती बाई नक्कीच या खांबाखाली मेली असणार असे वाटले. ७-८ लोकांनी तो खांब बाजूला केला. बाईला दवाखान्यात नेण्यात आले आणि डॉक्टरसह सर्वांना आश्चर्य वाटले. बाईला काहीही झाले नाही.

बाई आता खडबडीत बऱ्या झाल्या. त्यांची भूतबाधा पळून गेली.

१००

।। कारभारी ।।

पाटलांचे कुळ महाराजांच्या सेवेत सदैव तत्पर असे. खंडू पाटलाच्या घरचा पाहुणचार महाराजांनी घेतला होता. कृष्णा पाटलाच्या मळ्यात महाराज बरेच दिवस राहिले होते. कृष्णा पाटील स्वर्गवासी झाल्यावर महाराज उद्विग्न झाले होते. कृष्णा पाटलाचा राम सध्या लहान आहे त्यामुळे आता तो सेवा करू शकत नाही. पुढे करणार आहे असे महाराज बोलले होते.

आता रामचंद्र पाटलांची सेवा पाहिजे होती. एका दिवशी महाराज गोसाव्याच्या रूपात त्याच्या घरी गेले. गोसाव्याची यथासांग पूजा करण्यात आली. सुग्रास भोजन दिले गेले. वरती ५ रुपयांची दक्षिणा समोर ठेवली. महाराज म्हणाले, 'ही दक्षिणा मला नको.' ''पण, शेगावच्या समाधी मंदिरात तू सेवा करावी. हीच दक्षिणा मला दे. तुझ्याशिवाय अन्य कुणी योग्य व्यक्ती मला दिसून येत नाही. अशी दक्षिणा दिली, म्हणजे तुझी बायको जी वरचेवर आजारी पडते, तिचा आजार जाईल. मुलाला भूतबाधा - चेटूक होऊ नये म्हणून मी एक ताईत त्याच्या गळ्यात बांधतो.''

संसार कसा करावा याचाही महाराजांनी उपदेश केला.

आय पाहून खर्च करी। दंभाचार कधी न वरी।
साधुसंत येता घरी। विन्मुख त्याला लावूं नये ।।
अपमान खऱ्या संताचा। झाल्या कोप ईश्वराचा।
होतसे बापा साचा। संतचरणी प्रेमा धरी ।।
आपल्या वंशजांचे उणे। पाहू नये कदा मने।
सोयऱ्याधायऱ्याकारणे समयानुसार मान द्यावा।

कोप असावा बाह्यात्कारी। दया असावी अंतरी।
जैसे का ते फणसावरी। काटे आत गोड गरे।

रामचंद्र पाटलांनी महाराजांच्या आदेशानुसारच कारभार केला. आज आपण जो संस्थानचा अतिभव्य कारभार पाहतो, त्याचे खूपसे श्रेय रामचंद्र पाटलांकडे जाते.